thơ Y Thy

Lạc Vào Cõi Thu

Nhân Ảnh 2021

Lạc Vào Cõi Thu

tranh bìa: họa sĩ Ho□ng Lan
trình bày bìa: Uyên Nguyên Trần Triết
trình bày: Võ Phú
phụ bản: thi họa Khang Thi
tựa: nhà thơ Nguyễn Minh Nữu
đọc bản thảo: Nguyễn Phú Long & Nguyễn Kim Du Hạ
chính tả: Việt Đường
Nhân Ảnh xuất bản 5/2021
ISBN: 978-1989993699

liên lạc: Võ Phú
5508 Impala Drive
Henrico, VA 23228
phuvophotography@gmail.com
(804) 370 - 0215

Lạc Vào Cõi Thu

Nhìn em dạo bước vào thu
gió qua tỉnh mộng lời ru giữa ngày
áo xanh in dưới gót giày
lá vàng lá đỏ mà bay đôi hàng

Richmond
Virginia, 2021

Lạc Vào Cõi Thu

Y Thy Võ Phú chân thành cám ơn:

- Họa sĩ Hoàng Lan
- Văn thi sĩ, Nguyễn Minh Nữu
- Anh Trần Triết
- Thi họa sĩ Khang Thi
- Anh Việt Đường
- Văn thi sĩ Trần Trung Đạo
- Nhà văn Lê Thị Nhị
- Nhà thơ Nguyễn Phú Long
- Nhà thơ Trần Quốc Bảo.
- Anh chị, văn thi sĩ Đức Trí Quế Anh
- Chị Nguyễn Kim Du Hạ
- Nhà thơ Lê Hân - NXB Nhân Ảnh
- Gia đình và bạn bè gần xa

Đã giúp và góp ý hoàn thành thi tập này.

Nguyễn Minh Nữu:

Nghĩ về Y Thy Võ Phú

Là một người trẻ sinh năm 1978, tốt nghiệp cử nhân Hóa và làm việc tại Virginia Commonwealth University. Tôi gặp Y Thy Võ Phú nhiều lần, nhưng chưa có dịp trò chuyện. Đó là một chàng trai lịch sự, khiêm tốn và ít nói. Trong các sinh hoạt cộng đồng, anh xuất hiện với cái máy chụp hình, chào hỏi nhẹ nhàng những người quen mặt và chăm chú ghi nhận các sự kiện vào hình ảnh. Thế mà chàng thanh niên thi sĩ Y Thy Võ Phú làm tôi ngạc nhiên, rất thú vị và thán phục khi đọc tập thơ **Lạc Vào Cõi Thu** của anh.

Ngạc nhiên đầu tiên là quá trình hoạt động rất đa dạng của anh dành cho văn học nghệ thuật. Từ lúc còn là sinh viên, Y Thy Võ Phú đã có những thành đạt trong sáng tác như: đoạt giải Chung kết của cuộc thi Viết Về Nước Mỹ do Việt Báo tổ chức (2019). Đoạt giải nhất về thơ văn ở Đại Học Maryland năm 2001. Chủ Nhiệm và Chủ Bút Tạp chí Kết Đoàn từ 2002- 2008. Với 8 tác phẩm đã in (trong đó có 4 tác phẩm in chung). Tạp chí Kết Đoàn là tiếng nói của một tập thể thanh niên sinh viên Việt Nam ở hải ngoại, nơi đó, những người trẻ quần tụ với nhau lấy văn hóa Việt làm chất kết nối để hoạt động văn hóa và xã hội. Đây là một tổ chức đáng quý bởi nhiệt tâm trong văn hóa và tinh thần trong sáng vô vị lợi, và tôi nghĩ rằng Y Thy Võ Phú đã đóng góp rất lớn về văn hóa cho tổ chức này.

Ngạc nhiên thứ hai khi đọc tập Lạc Vào Cõi Thu của Y Thy Võ Phú là với văn phong tân kỳ, ngôn ngữ chuẩn xác, nhưng bàng bạc trong đó rất nhiều chất lãng mạn của một thời cổ điển. Có những bài cấu trúc ngắn gọn mà hàm ý giữa dòng như Kinh Thi, có những bài nhẹ nhàng thanh thoát nhưng lại đưa vào những ẩn dụ khéo léo, thuyết phục được người xem thí dụ như bài Hoài Niệm:

...Trở lại đây khi mùa vừa thay áo
Nắng hanh vàng cây lá đỏ chín quanh
Con sóc nhỏ bới tìm dưới hốc đá
Hạt dẻ khô rớt rụng để cất dành…

Chấm phá vài nét thôi, mà cả một khoảng trời thu như hiện diện rõ ràng. Một bài khác cũng rất hay trong tập là Lạc Giữa Rừng Thu:

chiều nay đi nhặt lá vàng
tà dương khởi sắc áo choàng trên vai
sương hôm thấm lạnh gót hài
chân son khua guốc có ai trộm nhìn

lạc đường mắt ướt lung linh
ngại em chẳng hỏi vô tình lướt qua
người đâu cứ thể như là
hỏi thăm một tiếng sao mà lặng thinh

giữa rừng lạc lối nguyên sinh
ai gieo hạt nhớ men tình trong nhau
giọt sương rơi xuống niềm đau
bỏ lại lá úa lá sầu đông sang.

Rõ ràng nhà thơ nói với chúng ta là lạc giữa rừng thu, nhưng khi đọc lại hiểu hàm ý là lạc một người thơ. Đó là Ý, còn Tình thì hãy nghe lời trách nhẹ nhàng yêu thương "Người đâu cứ thế như là..." Chất trữ tình trong thơ Y Thy Võ Phú làm chúng ta yêu nhiều hơn và nhớ nhiều hơn những gì lời thơ viết xuống.

Tôi dành cảm tình đặc biệt với bài thơ đầy ẩn dụ này, Một bài mà gom lại từ 5 bài thơ Haiku: Một thể thơ của Nhật Bản, nói rất ít và đòi hỏi người đọc phải hiểu rất nhiều.

Thu!
1. Buổi sáng mù sương
bánh bí ngô nướng
gió cuốn bay đi
2. Cây phong thay lá
cất nón mùa hè
đem áo len ra
3. Mây qua đồng ngô
hoa cúc hé nụ
bụi cỏ vàng khô
4. Gió đi xào xạc
thở ra hơi lạnh
trên cành cây cao

5. Xoáy nhẹ cuồng quay
thổi chiếc lá bay
mặt trời đi ngủ

Chất Thiền thẫm đẫm trong dòng thơ, cái tâm nhẹ nhàng thanh thản, nhìn mùa thu đến và thả cả cuộc sống mình vào cái dìu hiu của mùa Thu.

Đọc suốt tập thơ, tôi tìm gặp nhiều thú vị trong phong cách và tình ý trong thơ của Y Thy Võ Phú.

Trong bài thơ "Em Đi Anh Đợi Mùa Thu Tới", chàng thi sĩ gọi nhớ thương về một hình bóng cũ, rất lãng mạn bởi vì bóng người xưa đã trộn lẫn vào đất trời, không còn là bóng sắc một người con gái, mà là cả một không gian ngào ngạt hương thơm tình ý của thiên nhiên và của đất trời:

Thuở ấy em từ bỏ cuộc chơi
riêng anh luyến tiếc để quên đời
cho dù cách trở vòng tay với
tưởng dẫu xa về nỗi biển khơi
mãi nhớ trong tim lời nhắn gởi
còn trông kín dạ khúc ca mời
bao năm đợi những mùa thu tới
chẳng biết khi nào lá sẽ rơi

Và một bài thơ gợi nhớ tới phong cách Đường Thi, bài "Đêm Nghe Tiếng Nguyệt Cầm" đọc mênh mang như thấy bóng dáng một chàng nho sĩ, ngồi trên gác vắng, nghe được âm giai như từ một cõi rất xa nào.

Gió thoảng vu vi tiếng nguyệt cầm
Xa dời vọng lại rõ từng âm
Cung đàn khúc nhạc nghe bay bổng
Giọng hát lời ca cảm ngút trầm
Rạo rực bao hồi theo nhịp thở
U buồn mỗi lúc đến đường tâm
Đêm khuya lắng đọng nhìn trăng tỏ
Có phải Tầm Dương bỗng nhủ thầm?

Còn có một loạt bài được viết khá lạ của Y Thy Võ Phú, có thể coi như một loại thơ văn xuôi. Ở đó, anh xử dụng chữ không chấm phẩy, viết ào ạt cho cảm xúc tràn ra. Có xuống dòng, nhưng lại không phải là ngắt câu. Đó là dòng thác lũ từ đỉnh núi cao của cõi trầm tư. Xin ghi nhận một bài đại diện: Nhân Chứng Nửa Đêm

Đêm khuya nằm trằn trọc đôi mắt nhắm
đầu óc vẫn suy nghĩ về cuốn sách
vừa đọc đã muốn thiếp đi nhưng chợt
nghe tiếng rèn rẹt từ cánh cửa khẽ

cựa mình chân mang vội đôi dép xẹp
thì ra tiếng con dế đang gõ cửa
tìm ăn đêm khuya lạnh con dế đói
bụng nên ngập ngừng gõ cửa đòi ăn

đêm khuya nằm trằn trọc chợt nhớ lại
mình cũng vào một đêm tháng chạp lạnh
lẻo nơi xứ lạ quê người tiếng nói
mình nghe như tiếng dế buồn than vãn

Dù được dẫn đi thật thong thả, nhưng ý tưởng gửi tới lại dồn dập, gọi cảm xúc rất mạnh cho người đọc bài thơ hay.

Tập thơ Lạc Vào Cõi Thu của Y Thy Võ Phú cho người đọc nhiều cung bậc cám xúc khác nhau. Hồn nhiên và trong sáng như loạt bài về Thu, đắm say mơ mộng trong những xúc cảm về cảnh, và suy tư với không gian cổ điển trong nhiều bài đường thi, đối họa. Dẫu ở thể loại nào, và dẫu ở tâm sự nào, Thơ Y Thy Võ Phú vẫn mang một thể hiện rất riêng tư và nhiều ngẫu hứng, tạo được sự ham thích và thú vị với người đọc.

Thật rõ ràng khi ghi nhận được đây là một thi sĩ tài hoa, và đây là một tập thơ đáng được lưu giữ trong tủ sách gia đình.

Nguyễn Minh Nữu
03/2021

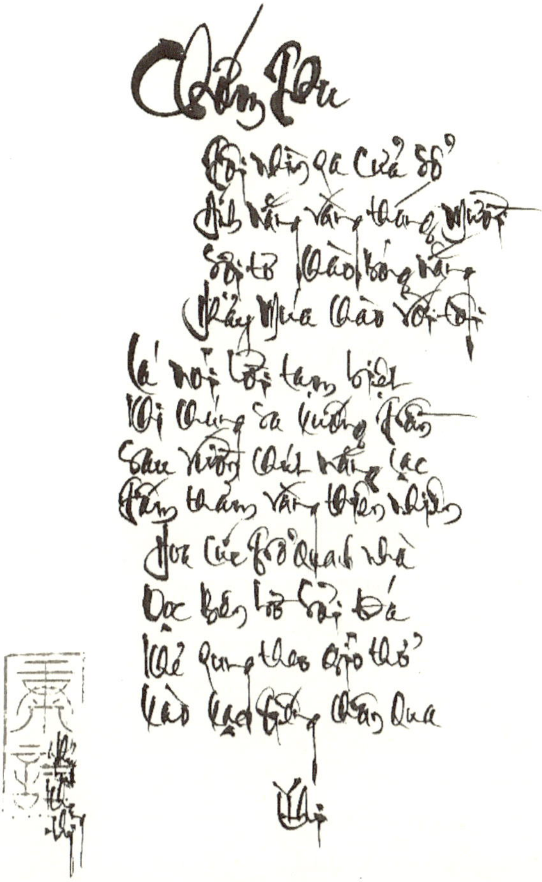

Chớm Thu

Tôi nhìn ra cửa sổ
ánh nắng vàng tháng mười
sợi tơ chào bóng nắng
nhảy múa chào với tôi?

Lá nói lời tạm biệt
khi chúng sa xuống trần
sau vườn chút nắng lạc
tấm thảm vàng thiên nhiên

Hoa cúc trổ quanh nhà
dọc bên bờ sỏi đá
khẽ rung theo gió thở
xào xạc tiếng chân qua...

Rủ Em Đi Ngắm Lá Vàng

Buổi chiều tĩnh lặng mộng mơ
thảo nguyên ai dệt nên thơ thế này
trái rừng chín đỏ trên cây
chim kêu ríu rít gọi bầy chào nhau

Kia chùm mây trắng về đâu
cho tôi xin gởi đôi câu đến nàng
rằng đây lá đã chuyển vàng
nếu nàng yêu thích mau sang ngắm cùng…

Chênh Vênh...

Chênh vênh như núi với rừng
lỡ chân có ngã cũng đừng buông tay
em đi ngắm lá đầu cây
lá còn chưa rớt chẳng hay ai chờ

Thu sang một thoáng đường tơ
uyên ương có bạn ước mơ ngọt ngào
nụ hôn gởi gió đến trao
chạm vào da thịt xuyến xao cõi lòng...

Tháng Chín Yêu Thương

Tháng chín này em bước sang tuổi mới
Ngẩn ngơ trôi theo từng tháng năm qua
Nay thu về như ngọn gió phơi phới
Bởi yêu thương cháy bỏng rất đậm đà...

Tháng chín này theo về trong gió nhẹ
Khẽ khàng rơi trên mái tóc ngang vai
Vầng trăng sáng đêm nay đang chờ đợi
Gió thu nào như đùa cợt bên tai?

Tháng chín này tim anh như vụn vỡ
Bởi vì ai lỡ hẹn buổi trưa nào
Ngày thêm dài mà lòng tràn thương nhớ
Mong hạ đi để thu vội lẻn vào?

Tháng chín này đêm khuya anh chờ đợi
Nhờ ánh trăng minh chứng chuyện chúng mình
Và ngọn nến trên chiếc bánh lung linh
Mừng sinh nhật khi em tròn thêm tuổi

Tháng chín này một mối tình thắm thiết
Viết thành thơ chỉ để tặng riêng này
Và riêng em một mình thôi đủ biết
Chỉ có em mãi mãi làm anh say...
09022020

Tâm Sự Mùa Thu

Khi sương mù giăng phủ
trong ánh nắng lờ mờ
dường như đang nhắn nhủ
trời đã vào mùa thu

Tôi đứng bên cánh đồng
mắt nhìn những gốc rạ
một khoảng trời mênh mông
của rừng cây cỏ lá...

Một con sâu ngọng nghịu
cuộn mình trong lá khô
nó nói với tôi rằng
mùa thu về rồi đó...

Cơn gió nhẹ thổi qua
rơi đi từng chiếc lá
con sâu nhìn lặng lẽ
nó bảo thấy nhớ nhà

Mùa hè đã đi qua
cây cà đang héo khô
không còn chiếc lá tươi
sâu cong người khóc nghẹn...
092920

Mùa Thu Trên Đồi Táo

Anh trao em trái táo
khi ta ngắm mùa thu
lá vàng bay rất nhẹ
trên đồi dốc sương mù

Con đường đèo quanh co
hoàng hôn buông xuống vội
mặt trời đi qua cỏ
lá thầm thì bên tai

Anh trao em trái táo
mà anh vừa mới hái
trái táo giòn, ngon, ngọt
như hơi thở tình yêu...

Em nhớ mùa thu trước
Anh gom lá vàng khô
đem mùa thu cất lại
để em buồn ngẩn ngơ...
092320

Hoài Niệm

Trở lại đây khi mùa vừa thay áo
Nắng hanh vàng cây lá đỏ chín quanh
Con sóc nhỏ bới tìm dưới hốc đá
Hạt dẻ khô rớt rụng để cất dành

Trở lại đây khi chiếc lá trên cành
Tay vẫy gọi đón chào như mùa trước
Đàn cá rô tung mình trong suối nước
Chợt vui mừng khi thấy bóng đi qua

Trở lại đây tôi ngồi trên phiến đá
Gió rừng đưa hơi thở của mùa sang
Ánh nắng chiều rơi nhẹ qua kẽ lá
Chiếc lá xanh bỗng nhiên lại nhuốm vàng

Trở lại đây con đường xưa năm cũ
Sao cô đơn như chim lạc mất bầy
Chiếc lá già run nhẹ ở ngọn cây
Như thấu hiểu nỗi lòng tôi sao đấy

Trở lại đây với bao điều kỷ niệm
Tràn lên mắt từng giọt sầu chợt tuôn
Bài thơ viết năm rồi chưa kịp gởi
Đã trôi theo dòng nước xuống cuối nguồn?
102220

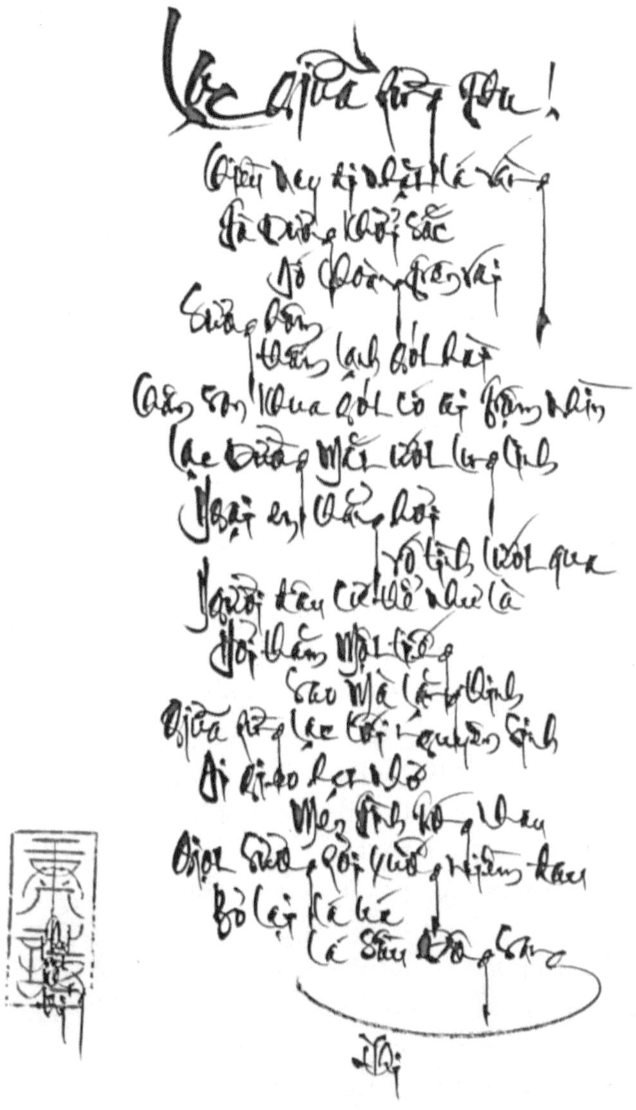

Lạc Giữa Rừng Thu

chiều nay đi nhặt lá vàng
tà dương khởi sắc áo choàng trên vai
sương hôm thấm lạnh gót hài
chân son khua guốc có ai trộm nhìn

lạc đường mắt ướt lung linh
ngại em chẳng hỏi vô tình lướt qua
người đâu cứ thế như là
hỏi thăm một tiếng sao mà lặng thinh

giữa rừng lạc lối nguyên sinh
ai gieo hạt nhớ men tình trong nhau
giọt sương rơi xuống niềm đau
bỏ lại lá úa lá sầu đông sang.

Sinh Nhật

Làm về dọn sẵn lên bàn
bánh ngon, trái ngọt do nàng khéo tay
kiếp này anh thật là may
có người phối ngẫu chung tay đỡ đần

muốn nói với em vạn lần
ơn em tiền kiếp ở nhân gian này
ngày sinh nhật buổi tối nay
ngạc nhiên, cảm động anh say men tình

bên nhau như bóng với hình
đến khi sao rụng lung linh một đời
trăm năm duyên kiếp người ơi
riêng em luôn mãi tuyệt vời trong tim...

Thu Đến Rồi Sao?

Sáng hôm nay con chim già ủ rũ
Nhìn lá rơi mà nhớ đến xuân qua
Trời trở lạnh chiếc lá vàng réo rắt
Rơi xuống trần hồn có chút xót xa?

Mắt ngơ ngác quay tìm người thân cũ
Bỗng giật mình chỉ còn lại mình ta
Xuân ra đi và hạ vừa rời gót
Chỉ mình ta, còn lại chốn quê nhà.

Nắng tặc lưỡi, thu sang mà chẳng biết
Vẫn còn mơ nên luyến tiếc chưa quên
Mơ mùa xuân cùng màu xanh biêng biếc
Chợt ngỡ ngàng khi thu đến kề bên...
092320

Trăng Thu

Anh về tìm lại chốn xưa
Đôi chân đến ngõ trăng vừa nhú ra
Khi trăng mười sáu mặn mà
Anh như kẻ nghiện bê tha vướng tình
Mây
Trăng
Vờn cõi điêu linh
Gió
Thu hiu thổi lòng mình xuyến xao
Nhớ em…
Anh nhớ biết bao
Gió
Trăng
Trăng
Gió
Khi nào gặp nhau?
Ngẩn ngơ
Chọn ý
Tìm câu
Mượn vần thơ để gởi sầu tương tư...

Thu Đông Bắc

Anh dẫn em đi dưới hàng cây
Một buổi sáng sương mờ giăng phủ
Chiếc lá khô cong mình ủ rũ
Quần trên vai những giọt sương bay

Anh dẫn em qua công viên nhỏ
Đôi vịt đồng chăm chút rỉa lông
Giọt sương đêm ướt mềm trên cỏ
Đôi mắt nào buồn bã mênh mông

Anh dẫn em qua vùng Đông Bắc
Gió thu gào rét lạnh căm căm
Chiếc lá con bồng bềnh trôi chậm
Đôi mắt nào buồn bã xa xăm?

Anh dẫn em trở về quán trọ
Ôm vào lòng hơi ấm tìm nhau
Anh biết em vẫn còn nhung nhớ
Quê hương mình xa lắm còn đâu

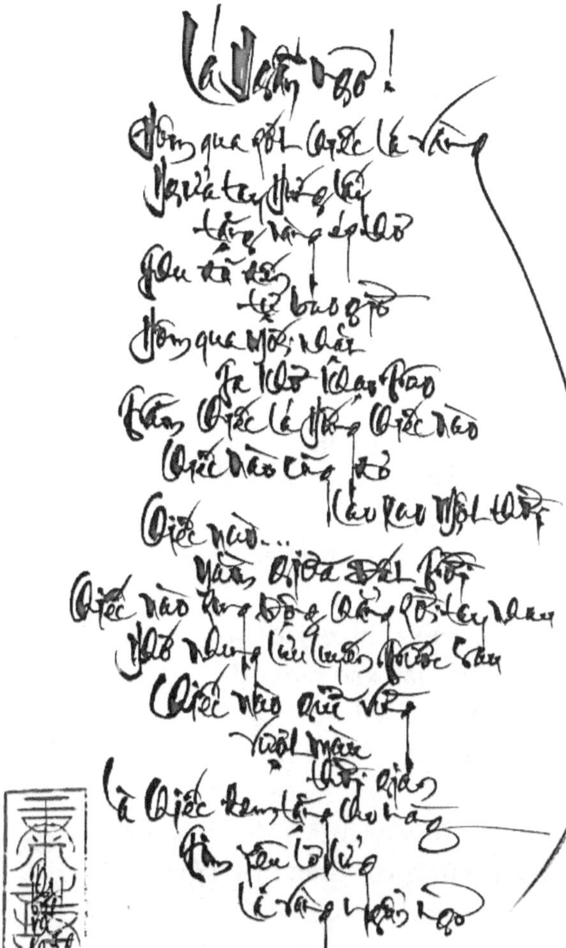

Lá Ngẩn Ngơ

Hôm qua rớt chiếc lá vàng
ngửa tay hứng lấy tặng nàng ép thơ
thu đến đã tự bao giờ
hôm qua mới nhặt. Ta, khờ khạo trao

Trăm chiếc lá, hứng chiếc nào
chiếc nào ửng đỏ lao xao một đời
chiếc nào nằm giữa đất trời
chiếc nào rung động chẳng rời tay nhau

nhớ nhung lưu luyến trước sau
chiếc nào giữ vững vượt màu thời gian
là chiếc đem tặng cho nàng
tim yêu lơ lửng lá vàng ngẩn ngơ...
110520

Vào Thu

Dưới hàng cây vắng
lá vàng nhẹ rơi
chiếc áo dài trắng
rộn cả đất trời

Ta thấy chơi vơi
như chiếc lá rơi
ngắm mùa thu tới
mùa thu tuyệt vời...

Em che nón lá
nghiêng nghiêng bờ vai
Ta nhắm từ xa
mắt mờ nhíu lại

Phải chi ta biết
xếp chữ thành thơ
đem thơ ta viết
gởi đến tặng nàng...
111118

Mùa Thu Đã Về

Gió bắt đầu thổi
rung cả hàng cây
đung đưa từng nhịp
mùa thu về đây

Cánh lá vàng bay
múa cùng con gió
bầu trời rực sắc
rớt xuống nơi này

Ngọn gió thổi lại
cánh rừng vẫy tay
gió thầm thì nói
mùa thu về đây...

Đưa tay hứng lấy
một cánh lá bay
lá nằm trên tay
mùa thu về đấy...
100520

Tiếc Thu

Thu chưa qua mà đông sao vội tới
Lá trên cành thấm lạnh bởi tuyết rơi
Nhìn hàng cây trở mình trong run rẩy
Đông Bắc này giá lạnh lắm em ơi...

Tuyết thu rơi như đùa cùng với lá
Lá giận hờn vì đông đến quá nhanh
Khi trên cây vẫn còn chiếc lá xanh
Đông về rồi chia lìa không trở lại...

Thu chưa vội mà đông về trước ngõ
Rét đầu mùa lạnh buốt cả bờ vai
Lá thu rơi theo dòng đời xuôi ngược
Nghe xạc xào qua những tiếng chân ai

Phút giao mùa vấn vương chừng đọng lại
Giọt sầu rơi ngơ ngác tiễn thu đi
Ở nơi đây nỗi buồn luôn trống trải
Đông về rồi cũng là lúc chia ly...
RIC111219

Thì Ra Trời Đã Vào Thu

Những chiếc lá già răng rắc
nhện kia mắc võng trên cao
bầu trời lung linh huyền ảo
rừng cây rám nắng úa vàng

Này cơn gió nhẹ thổi qua
quả mọng chín đỏ thơm phức
bầy chim líu lo chào gọi
vẫy tay tạm biệt ngày hè

Vài chiếc lá vàng rơi xuống
cúc hoa rộn ràng hé môi
tiếng cười vang lên giòn giã
thì ra trời đã vào thu

Thu

1.
Buổi sáng mù sương
bánh bí ngô nướng
gió cuốn bay đi

2.
Cây phong thay lá
cất nón mùa hè
đem áo len ra

3.
Mây qua đồng ngô
hoa cúc hé nụ
bụi cỏ vàng khô

4.
Gió đi xào xạc
thở ra hơi lạnh
trên cành cây cao

5.
Xoáy nhẹ cuồng quay
thổi chiếc lá bay
mặt trời đi ngủ
100220

Những Bài Haiku

Tay chạm vào ngực
mát rượi thịt da
Tôi vào địa ngục!

Bước xuống lòng sông
toàn thân rực lửa
vũ trụ mênh mông…

Đêm đêm, ngày ngày
đời người ai cũng
một lần say!

Đêm nay tròn trăng
cùng em đi dạo
ngắm nhìn chị Hằng.

Trên dốc núi cao
sương mù giăng phủ
chỉ là hư ảo.

Mưa trên phiến đá
khóc đời âm thầm
buồn như cánh lá.

Về trên biển vắng
khóc người năm xưa
môi tôi chợt mặn.

Đêm nằm nghe sóng
nước mắt hai hàng
người ơi hay không?

Lòng người điêu linh
tôi tìm cửa Phật
sống đời lặng thinh.

Gọi nắng bên cửa
nở đóa tường vi
Em thấy tình chưa?

Từ ngàn năm trước
đã hẹn những gì
có ai giữ được?

Mùa rớt trên lá
màu thời gian trôi
dòng đời êm ả.

Nhìn Em Dạo Bước Mùa Thu

Nhìn em lên núi xuống mương
đi qua triền cỏ con đường mòn xưa
theo em chẳng ngại nắng mưa
hãy xin cứ để bóng trưa che dù

Nhìn em dạo bước vào thu
gió qua tỉnh mộng lời ru giữa ngày
áo xanh in dưới gót giày
lá vàng lá đỏ mà bay đôi hàng

Nhìn em đứng ngắm lá vàng
chào thưa hấp tấp hoang mang với người
kìa em mới nở nụ cười
hồn như thất lạc qua mười bốn phương

Nhìn em sao thấy dễ thương
gái quê bình dị khiêm nhường thiện chân
này em, em rất ân cần
ôi nàng thiếu nữ gian truân chẳng sờn...
111820

Buổi Chiều Trong Công Viên

Buổi chiều trong công viên
bên nhau ta đốt lửa
ngồi nghe anh đọc truyện
kể về thời xa xưa

Buổi chiều trong công viên
khi mùa hè đi qua
gió thu nay thổi tới
cây phong vừa thay lá

Buổi chiều trong công viên
ngồi bên bếp lửa hồng
nghe khúc củi hát ca
em cười bừng đôi má...

Hoa Bìm Bìm

Mỏng manh môi tím chào nhau
Mỉm cười e ấp lần đầu biết hôn
Con ong bé nhỏ hết hồn
Giật mình lo sợ bồn chồn bay cao

Hoa kia mọc ở bờ rào
sương đêm ướt nhụy nhìn sao chạnh lòng
thu tàn nắng nhạt bên song
dây xơ xác lá hồn rong rêu buồn
101620

Trăng Thu Bên Người

Ánh trăng rơi nhẹ xuống hồ
nửa đêm lắng đọng con đò nằm xem
rồi trăng lại trốn sau rèm
ta còn thao thức bên em thở đều...

Mưa Thu

Thu về gõ cửa mùa sang
Lá rơi từng chiếc nắng tàn theo mây
Giá như đừng có mưa này
Ta cùng ngắm lá cả ngày bên nhau...

Thu về rớt giọt mưa ngâu
Bâng khuâng nỗi nhớ nỗi sầu tái tê
Mưa thu từng giọt não nề
Cớ sao nhân loại mải mê ngắm nhìn?

Sương mù vờn cõi điêu linh
Cách xa tầm mắt người tình trăm năm...

Lục Bát Tháng Mười

Khi quả bí đỏ chín vàng
Thu về ngang ngõ bước sang tháng mười
hôm nay trời chẳng có cười
mây buồn giăng phủ hỏi người nào vui?

Tò vò nuối tiếc ngậm ngùi
Chia tay con nhện mà vui sao đành
Táo kia chín đỏ trên cành
Em rời xa khuất để dành cho ai?

Đã qua bao tháng ngày dài
Mà sao vẫn đợi miệt mài chờ nhau
Thương cho một mối tình sâu
Mỏi mòn héo úa nhuộm màu thời gian...

Mong sao trời chuyển nắng vàng
Cho tình thêm ấm để nàng về đây
Rằng ta hạnh phúc tràn đầy
Kết thêm đôi cánh tung bay giữa trời

Niềm vui kia mãi chẳng rời
Chờ em về đến trọn đời tôi mong
Em ơi có hiểu cõi lòng
Biết bao nhung nhớ mênh mông tháng ngày...

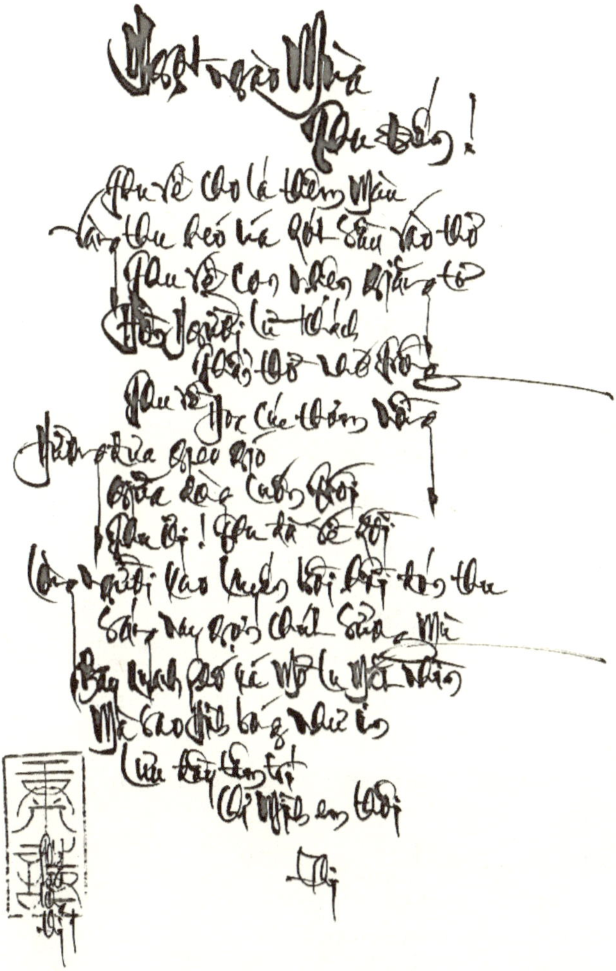

Ngọt Ngào Mùa Thu Đến

Thu về cho lá thêm màu
Vàng thu héo úa rót sầu vào thơ
Thu về con nhện giăng tơ
Hồn người lữ khách thẫn thờ nhớ trông

Thu về hoa cúc thơm nồng
Hương đưa gieo gió giữa dòng cuốn trôi
Thu ơi thu đã về rồi
Lòng người xao xuyến bồi hồi đón thu

Sáng nay gợn chút sương mù
Bay quanh phố xá mờ lu mắt nhìn
Mà sao hình bóng như in
Lưu đầy tâm trí chỉ mình em thôi

Hôm nay thu đã đến rồi
Lá thu rơi rụng chỗ ngồi năm xưa
Nhớ em một buổi chiều mưa
Nước bay ướt tóc lúc đưa em về

Đôi ta cứ mãi say mê
Mắt nhìn hẹn ước lời thề trăm năm
Cùng chung chiếc chiếu ta nằm
Bên nhau quấn chặt ngàn năm tình đầy

Thu về lá rụng nơi đây
Bên người dạo bước trong tay ngọt ngào
Thu ơi thu đến rồi sao?
Ta tìm giấc ngủ để vào trong mơ...

Lá rơi từng chiếc bên bờ
Ta đi góp nhặt viết thơ tặng nàng
Thu về cho lá thêm vàng
Ta đi gom lá cho nàng sưởi đông

Yêu thương tình nghĩa vợ chồng
Cùng chung chăn gối mặn nồng có nhau...
RIC100118

Nay Tháng Mười

Nay tháng Mười cùng em đi ngắm lá
đường nghiêng cong che khuất bởi sương mù
chân bước chậm nép mình bên dốc đá
Em mơ màng nghe tiếng gọi mùa thu

Nay tháng Mười lá chín treo khắp núi
tiếng chân qua hay tiếng lá vàng rơi?
lá nhẹ buông chắc không còn tiếc nuối
khẽ tung bay như những cánh chim trời

Nay tháng Mười cơn mưa buồn nhỏ xuống
con suối hiền nằm yên giữa rừng thu
giọt mưa rơi chảy theo dòng nước cuốn
trôi về đâu hay đọng chốn ao tù?

Nay tháng Mười sương mờ giăng kín lối
biết khi nào ta cùng về quê hương
đất nước kia vẫn chìm trong bóng tối
Em và tôi còn lạc mãi trên đường...
Skyline Drive 102019

Buổi Chiều Tháng Mười

Tháng mười lá gọi bên tai
đi tìm sợi nắng nhân hai trên đồi
chiều qua mưa rớt giọt rồi
mơn man trên tóc bầu trời mù sương

Tháng mười với những nhớ thương
nhuộm lên màu lá vấn vương cõi lòng
quanh đây chẳng có nắng hồng
lạc vào rừng núi mênh mông lá vàng

Tháng mười em bước dịu dàng
chỉ nghe tiếng lá khẽ khàng chào nhau
và em mang đến sắc màu
anh ghi vào mắt mai sau họa hình

Tháng mười này đến rất tình
môi cười hé nụ chúm xinh mỹ miều
nghiêng soi nhịp bước dấu yêu
thẫn thờ dõi mắt buổi chiều đầy sương!
Skyline Drive - 102620

Thu Say

Vào thu ta ngắm lá vàng
Trên đồi cao rộng mênh mang gió về
Gió đưa mùi tóc say mê
Giữa rừng vắng lặng bốn bề đìu hiu...

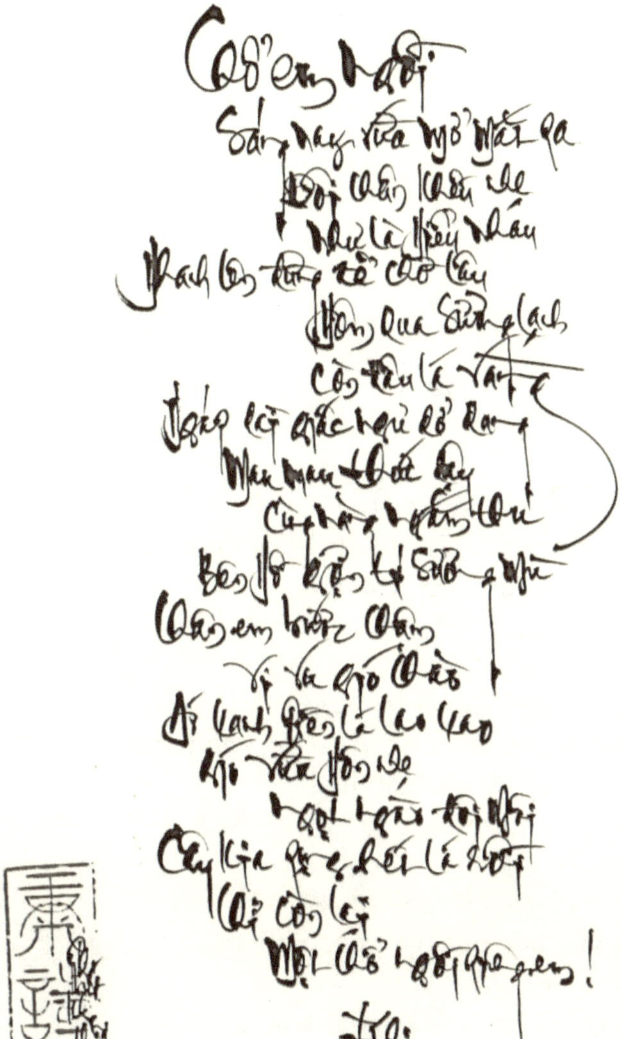

Chỗ Em Ngồi

Sáng nay vừa mở mắt ra
đôi chân khều nhẹ như là hiểu nhau
nhanh lên đừng để chờ lâu
hôm qua sương lạnh còn đâu lá vàng

ngáp dài giấc ngủ dở dang
mau mau thức dậy cùng nàng ngắm thu
bên hồ gợn tí sương mù
chân em bước chậm vi vu gió chào

Áo xanh trên lá lao xao
gió vừa hôn nhẹ ngọt ngào đôi môi
cây kia rụng hết lá rồi
chỉ còn lại một chỗ ngồi riêng em...
110820

Vì Sao Đêm

Đưa tay lên làm gối
mắt nhìn lên bầu trời
giữa màn đêm tăm tối
tôi thấy vì sao rơi

Khi trái đất tối đi
trên bầu trời rộng lớn
những vì sao li ti
bừng lên rồi chợt tắt

Duy nhất một vì sao
lung linh trong huyền ảo
từ ngoài xa, xa tít
ở tận trên trời cao

Có lẽ từ kiếp trước
em cũng là vì sao
mãi ở tận trên cao
nên tôi không với tới

Đêm nay sao chiếu sáng
làm rung động tim tôi
cho tình tôi ngây dại
để rồi chợt nhớ, quên!

Buổi Sáng Cuối Thu

Sáng nay đi đến công viên
bao nhiêu mệt nhọc ưu phiền cũng tan
trên cây còn chiếc lá vàng
gió lay lắt thổi khẽ khàng lá rơi

Lá rơi nhẹ xuống dòng đời
vẫy tay tạm biệt khung trời yêu thương
năm sang gặp lại giữa đường
xanh tươi hy vọng dễ thương mượt mà

Sáng nay ngồi ngắm thu qua
bỗng tôi mơ ướt quê nhà quanh đây
như con chim nhỏ lạc bầy
mùa đông chẳng biết đường bay trở về...

Rồi như tỉnh giữa cơn mê
quê tôi xa lắm bốn bề lặng im
từ tâm thức, tôi mãi tìm
tìm nơi quê cũ trong tim thiếu thời

Sáng nay nhìn thấy lá rơi
quê nơi xa lắm chơi vơi cõi lòng
đêm về tôi mãi cầu mong
quê hương sẽ thoát khỏi vòng hãm vây

Tôi mơ sẽ được có ngày
thở trong hương lúa chín đầy ruộng sâu
khi nào đất nước đổi màu
tôi về gặp lại trước sau trọn tình!

Đêm Hoài Niệm

Chẻ đôi ký ức mơ màng
nửa đêm thức giấc nát tan cõi lòng
bao ngày xa cách nhớ mong
sao đành quên hết những dòng chữ xanh

Hồn đánh thức, phơi trên cành
gió đông than khóc vây quanh nỗi buồn
ngoài kia mưa tuyết còn tuôn
thênh thang nỗi nhớ tận nguồn hư vô

Chôn sâu ký ức vào mồ
cố quên hình bóng bủa xô tứ bề
đêm nay quạnh vắng tái tê
dõi nghe tiếng thở theo về từ đâu

Phải chi có một phép mầu
để tôi hiểu được nông sâu lòng nàng
rối bời trí óc ruột gan
nhớ thương còn một thân tàn đêm qua...
121620

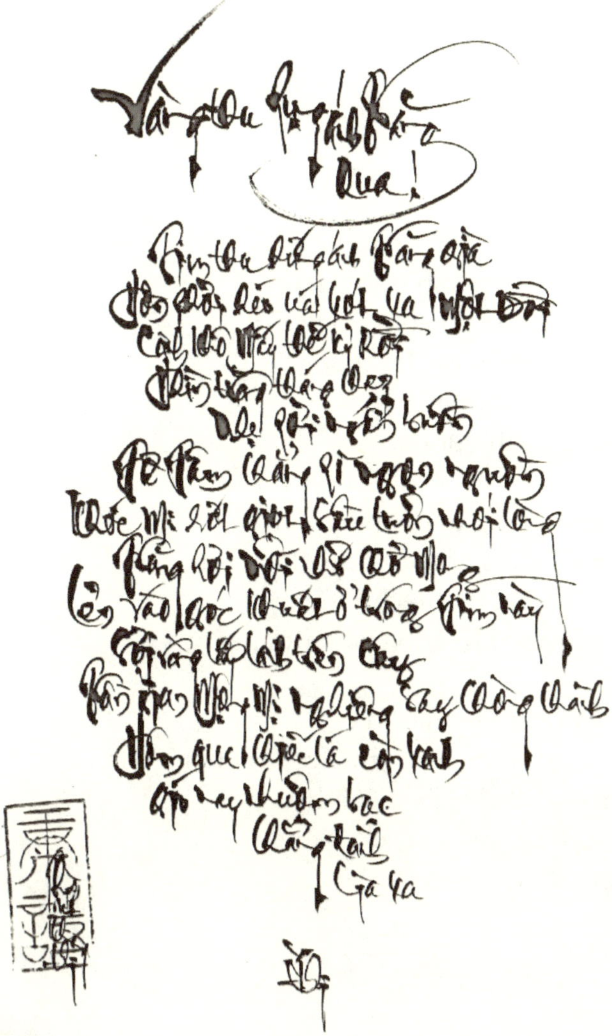

Vàng Thu Rụng Ánh Trăng Qua

Tim thu hứng ánh trăng già
hồn phơi héo úa xót xa một đời
cành khô mấy thế kỷ rời
nhìn trăng tháng chạp
nhẹ rơi ngẩn buồn

Từ tâm chẳng tỏ ngọn nguồn
khóe mi rớt giọt sầu tuôn nhói lòng
trăng khơi nỗi nhớ chờ mong
lẻn vào góc khuất ở trong tim này

Sợi vàng lấp lánh trên cây
trần gian mộng mị nghiêng say chòng chành
hôm qua chiếc lá còn xanh
gió nay nhuộm bạc
chẳng đành...
lìa xa...
120220

Ngày Lập Xuân

Ngày Lập Xuân cùng em đi dạo phố
Tay trong tay ta đếm bước trên đường
Em mỉm cười hạnh phúc với yêu thương
Nụ Anh Đào cũng cười trong rạng rỡ

Ngày Lập Xuân đóa hoa nào chớm nở
Có xinh tươi đỏ thắm bằng môi em?
Ánh mắt nào nhìn nhau trong bỡ ngỡ
Như lần đầu ta nói tiếng yêu nhau...

Ngày Lập Xuân gió lùa qua kẽ tóc
Để con tim rung động theo gió mùa
Cả đất trời ru ngủ giữa ban trưa
Say hạnh phúc tuyệt vời như muôn thuở...

Ngày Lập Xuân, ngày giữa trời và đất
Phút giao mùa chất ngất những yêu đương
Từng nhịp tim rộn ràng sao tha thiết
Bởi hai ta giờ đã là của nhau...
032020

Buổi Sáng Thần Tiên

Chào em buổi sáng tháng ba
giọt sương rớt nhẹ lá hoa trở mình
vươn vai đón ánh bình minh
chim rừng hót tiếng tự tình ái ân...

Chào em buổi sáng tình nhân
đôi môi hé nụ bâng khuâng đợi chờ
giật mình một chút ngẩn ngơ
tưởng rằng đang mộng đang mơ giữa ngày

Chào em buổi sáng hôm nay
Thủy Tiên vàng rực trổ đầy quanh ta
căng tròn giữa nhụy nõn nà
đưa hương khoe sắc thật là dễ thương

Chào em buổi sáng mờ sương
gặp nhau giữa chốn bình thường nên duyên
bên em là cõi thần tiên
Ta đây quên hết muộn phiền nhân gian...
030120

Bên Em Ta Đợi Mùa Xuân

Tháng giêng nắng buồn chẳng ghé thăm
Đông còn buốt lạnh gió căm căm
Anh gom lá cỏ đốt cho ấm
Và lót tổ rơm chỗ em nằm

Năm đó ngày cưới đôi ta ấy
Bạn bè chuốc rượu uống cho say
La hò ca hát vui như hội
Bạn bảo làm thơ tặng em ngay...

Em nhớ bài thơ anh đã đọc
Vương mùi rơm rạ trong nắng ngày
Môi nào thơm ngọt hoa gạo sữa
Đôi má ửng hồng đỏ hây hây ?

Nghe xong bạn cười vui và chọc :
Úi trời rơm rạ mà thơm sao
Hãy đợi khi mùa mưa lũ đến
Sẽ biết thế nào là ngọt ngào...

Đêm ấy anh say trong hạnh phúc
Ta tìm hơi ấm ở bờ môi
Em nhắc bài thơ rơm rạ mới
Ta cười khúc khích suốt đêm thâu...

Tháng Giêng nơi này hiu quạnh quá
Bao năm biệt xứ chửa về thăm
Không biết bây giờ con dốc cũ
Có còn lưu lại dấu chân ta?

Mười bốn năm rồi trôi nhanh quá
Bây giờ em đã ở bên anh
Đêm nay ta đợi mùa xuân tới
Mùa xuân hạnh phúc với yên lành...
010619

Lời Tâm Sự

(Gởi chị Ba)

Em cũng muốn về thăm một chuyến
Dẫn theo con cho biết Quê Nhà
Nhưng đường đi thì lại quá xa
nên không biết khi nào có dịp

Và còn nữa, công việc bề bộn
Đi một chuyến cũng cả tháng trời
Chắc đợi chờ khi con khôn lớn
đến lúc đó sẽ dẫn về thăm

Dẫn chúng về cho biết Quê Cha
Ở nơi đó, Cha mình khôn lớn
Có thể rằng chúng chẳng thiết tha
nhưng ít ra, cũng biết Nguồn Cội

Em cũng muốn về thăm một chuyến
để nhớ lại một thời tuổi thơ
nước mắt rơi, mỗi khi mưa đổ
Mẹ nghẹn lòng thức trắng đêm thâu

Mấy mẹ con, nhìn mưa than thở
Cầu mong Trời, cho tạnh cơn mưa
Có những hôm Trời làm giông bão
Suốt cả tuần, gặm sắn thay cơm!

Tội cho anh, con trai mới lớn
Quá tham ăn, ngộ độc khoai mì
Ôi nhớ quá, một thời vất vả
đến bây giờ nghĩ lại xót xa...

Em cũng muốn về thăm một chuyến
để ôn lại những kỷ niệm xưa
ở nơi ấy, bao điều cơ cực
Có thế nào, cũng là Quê Hương!

Trăng Lạnh (Cold Moon)

Tôi ngồi lặng lẽ ngắm vầng trăng
Giữa cảnh đơn sơ thấy chị Hằng
Tối đến riêng mình thêm giá lạnh
Đêm về một bóng tựa như băng
Năm mòn cứ tưởng chừng quên đã
Lịch cạn còn trông mãi ngỡ rằng
Nỗi nhớ tương tư cùng tuyệt vọng
Bao điều kỷ niệm hết rồi chăng?
121219

Trăng đêm nay là trăng tròn cuối cùng của năm cũng là cuối của thập niên.

Lạ

Đầu hôm mười bốn ngắm trăng bơi
Nửa mảnh bên kia che mất rồi
Gió lạnh đông buồn năm sắp cạn
Mây đen mờ khuất ánh trăng trôi

Bốn ba năm rồi trên đất khách
Quê hương tôi đó đổi thay rồi
Đau lòng khi đọc trang tin tức
Mọi thứ đều "lạ" ở nước tôi.

Tàu lạ đâm chìm ghe bé nhỏ
Ngư dân kêu cứu chẳng ai nghe
Một trận túc cầu rợp cờ đỏ
Xuống đường "đi bão" không vải che.

Chữ lạ đem vào nơi trường học
Tròn vuông tam giác trẻ thơ ngây
Ê a vòng tay con đứng đọc
Mẹ cha nhìn thấy đôi mắt cay

Vật lạ kéo về từ bờ biển
Chữ Tàu rõ thế sao chẳng hay?
Biên giới phương Bắc ghìm hỏa tiễn
Còn dân vẫn nồng bên giấc say.

Đất nước giờ đây lắm kẻ lạ
Cho nên chuyện lạ hóa bình thường?
Bốn ba năm rồi đâu còn lạ
Giặc đỏ tràn vào nước nhiễu nhương.
122118

Nay Trở Lại

Bốn năm rồi nay ta mới trở lại
Vẫn núi rừng gió lạnh của mùa đông
Ngồi bên nhau cho tình mình thêm ấm
Nơi xứ này nỗi nhớ cứ bâng khuâng

Mùa Xuân Xưa

Mùa Xuân này đón Tết nơi xứ lạ
Hai sáu năm rồi cũng đã trôi qua
Tôi vẫn nhớ những cái Tết mùa cũ
Mẹ rộn ràng lo chuẩn bị phần quà

Dù ở nhà không đủ ngày ba bữa
Nợ ân tình cũng ráng trả người ta
Phong pháo đỏ cuộn tròn trong chiếc hộp
Đốt bay đi nỗi khốn khổ bao nhà...

Ba mươi Tết mẹ bù đầu rối tóc
Lo tất bật trong trước lẫn ngoài sau
Chiếc áo sờn năm rồi vẫn còn mặc
Ngày xuân về sao lại làm khổ nhau?

Con trẻ dại, một bầy tay năm đứa
Khóc bù lu đòi áo mới du Xuân
Nước mắt mẹ lưng tròng sao trĩu nặng
Đám con thơ vô tư lặng lẽ nhìn.

Thương con nhỏ không có quần áo mới
Mẹ chạy đi mượn nợ khắp mọi nơi
Ba ngày Tết, mẹ một mình gánh chịu
Nghe tiếng cười mai mỉa của người đời

Hai sáu năm rồi Tết nơi xứ lạ
Quần áo mới bánh mứt luôn tràn khay
Sao lòng tôi vẫn nhớ tháng ngày cũ
Nhớ giọt sương trên mắt mẹ thủa nào...
011920

Bên Em Ta Thấy Xuân Về

Chung tay khiêng chậu hoa đào
thở ra khói trắng đón chào nắng xuân
đôi môi ửng đỏ thật gần
làm anh bối rối có phần đảo điên

thương em cái nết dịu hiền
nhẹ nhàng hương sắc thắm duyên cau trầu
quanh em luôn những sắc màu
xuân này rực rỡ bên nhau chẳng tàn

12 Con Giáp Đón Xuân

HEO vàng ủn ỉn cũng vừa qua
CHUỘT tới chung vui tặng bánh, quà
RẮN, CỌP tranh đua cùng múa hát
DÊ, RỒNG nhún nhảy với đàn ca
MÈO lười liếm mép bên ngăn bếp
CHÓ nhác cong đuôi cạnh góc nhà
KHỈ, NGỰA reo hò chào đón Tết
GÀ, TRÂU đốt pháo đuổi ma, tà...
012420

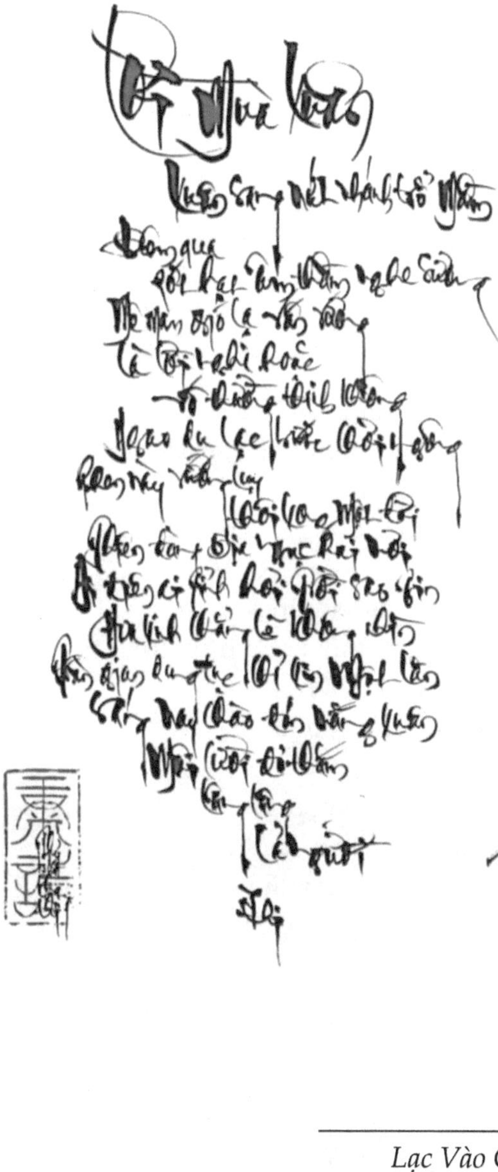

Lời Mùa Xuân

Xuân sang nứt nhánh trổ mầm
đêm qua rớt hạt âm thầm nghe sương
mê man gió lạ vấn vương
là lời nghi hoặc vô thường thinh không?

Ngao du lạc bước chơi ngông
phen này vướng lụy thôi xong một đời
Thiên đàng địa ngục hai nơi
ai điên ai tỉnh hỏi trời sao tin

Hoa xinh chẳng lẽ không nhìn
trần gian dung tục chỉ xin một lần
Sáng nay chào đón nắng xuân
môi cười đỏ thắm lâng lâng cả người.

Hạ Về Với Biển

Sáng nay khi mắt còn ngái ngủ
Theo chân em ra biển làm quen
Màu áo trắng của ngày tháng cũ
Sao giận hờn khép cửa cài then?

Em mang cánh phượng đi ra biển
Ngọn gió giao mùa anh cũng say
Sóng nước chao nhau chừng quyến luyến
Anh sẽ giữ mãi phút giây này...

Nơi bờ cát có đôi chim nhỏ
Chạy lăng xăng mỗi lần sóng hôn
Nhưng bỗng chốc ngoài khơi thổi gió
Đưa sóng vào cuốn cát đem chôn

Đôi chim nhỏ rúc tìm dưới cát
Những phù du bọt biển đẩy đưa
Cũng như anh ngồi nghe biển hát
Và ngắm nhìn với nỗi say sưa...
First Landing, VAB 083120

Áo Xanh Bên Cánh Quỳ Vàng

Trên đồng vạn đóa Huỳnh hoa*
sao anh chỉ thấy một tà áo xanh
chắc tại nắng hạ còn hanh
hay là mắt chỉ để dành... nhìn em?

Cổ thi:
"Huỳnh hoa linh lạc vô nhân khán
Độc tự khuynh tâm hướng thái dương"

HƯỚNG DƯƠNG 向陽Hướng: Quay về phía. Dương: Mặt trời.
Hướng dương là hoa quỳ, một loài hoa có màu vàng, buổi sáng luôn hướng về phía mặt trời, tức hướng đông, chiều hướng tây.
Cổ Thi có câu: Huỳnh hoa linh lạc vô nhân khán, độc tự khuynh tâm hướng thái dương黃花零落無人看, 獨自傾心向太陽, nghĩa là Hoa vàng rời rã không ai thấy, chỉ tự một mình nghiêng lòng theo bóng mặt trời. Ý muốn nói mình có lòng trung trinh tự mình biết không ai hay.
Hướng dương lòng thiếp như hoa, Lòng chàng lẩn thẩn e tà bóng dương.

Buổi Sáng Bên Em

Sáng nay vuốt tóc bên rèm
một vài sợi bạc anh đem giấu liền
cuộc sống cơm gạo áo tiền
tháng ngày cơ cực liên miên xoay vòng...

Biển, Em, và Ta

Giữa trưa nắng quái cơn gió lạ
Cát quất vào chân rát thịt da
Ngồi trước ngọn đầu che nắng hạ
Vẫn mùi hơi thở rất đàn bà

Biển giận gào lên những vết đau
Hờn ghen khi thấy ta nhìn nhau
Gằn lên từng đợt trong cuồng nộ
Bọt nước trắng phau chỉ một màu

Đôi mắt lim dim mơ màng ngủ
Biển về bình yên trong giấc say
Chân ta làm gối, ru em ngủ
Mặc cho biển thét giữa trưa này...

Hôm nay áo tắm em ra biển
Sóng quấn vào chân những cái hôn
Em cười khúc khích sao thơ quá
Nhìn em ta như kẻ mất hồn...

Yêu Nhau Tặng Những Vết Răng

Yêu thương
một chút
giận hờn
Cắn nhau
đau điếng
chưa sờn...
vết răng.

Cho chừa nói gió
nói trăng
làm người ta khóc
tưởng rằng....
hết thương

Yêu sao không thêm tí đường?
Để cho thơm ngọt như hương hoa hồng
Bao năm tình nghĩa vợ chồng
Một câu dỗ ngọt trong lòng nở hoa.
RIC021419 - Happy Valentine's Day!

Đầu Hôm Đi Câu Cá

Đầu hôm trên dốc đá
nghe tiếng cá đớp mồi
ánh đèn đường chớp nhá
từng chiếc xe vụt qua

Đầu hôm đi câu cá
theo từng đợt sóng trào
cá say mồi đớp lấy
nhấp nhô theo nhịp phao

Đầu hôm trên dốc đá
ta thả mồi cắm câu
giật được vài con cá
đem về vợ chiên xù...
082820

Buổi Cơm Chiều Nay

Anh về nướng cá quấn rau xanh
chấm mắm nêm kèm ớt tỏi chanh
hớp cốc bia dâu lòng mát lạnh
ăn ba bốn cuốn bụng no cành
đời người được hưởng không hiu quạnh
kiếp số an cư nghiệp tốt lành
nghỉ tạm vài ngày cho rỗi rảnh
hòa chung nhịp sống chẳng tranh giành

040220

Em Đi Anh Đợi Mùa Thu Tới

Thuở ấy em từ bỏ cuộc chơi
riêng anh luyến tiếc để quên đời
cho dù cách trở vòng tay với
tưởng dẫu xa về nỗi biển khơi
mãi nhớ trong tim lời nhắn gởi
còn trông kín dạ khúc ca mời
bao năm đợi những mùa thu tới
chẳng biết khi nào lá sẽ rơi

Nắng Tháng Ba

Nắng tháng ba hoa đào chớm nở
trắng dòng sông, cơn gió đi qua
những cánh hoa rơi rụng xuống bờ
trôi về đâu, những nơi xa lạ?

Nắng tháng ba hàng cây trổ lá
trời giao mùa vạt nắng héo nhanh
tôi ngẩn ngơ còn em vội vã
giữa rừng người xa lạ quây quanh

Nắng tháng ba chưa nồng sỏi đá
tôi đã buồn khi em vẫy tay
tựa cánh bướm nhẹ nhàng trước gió
em xa rồi, khóe mắt tôi cay...

Nắng tháng ba còn chưa khô lệ
em chửa về tôi mãi ngóng trông
tháng ngày trôi chất chứa trong lòng
sao quên được khi mình thương nhớ?

Nắng tháng ba nỗi buồn suốt kiếp
chẳng còn gì để giữ được nhau
tôi đã buồn như vết thương đau
Để năm tháng sầu vương ly biệt
032820

Bài Thơ Gởi Người

Nay mùa xuân cũng vừa về đến
nhìn bông hoa trổ trên cánh đồng
ta lại nhớ mùa xuân năm trước
tung tăng như cánh bướm trên không

Miền đồng quê đường sâu hun hút
đóa hoa xanh trổ kín chân trời
tiếng cười vui tụ lại khắp nơi
nghe rộn ràng như ngày trẩy hội

Một ngày vui trôi qua rất vội
chia tay nhau mang theo tiếng cười
về viễn Tây, miền Đông, cách biệt
vẫn nhớ hoài giọng nói mến thương

Người chi lạ lần đầu gặp mặt
mà tưởng như quen biết từ lâu
hay tại vì mình cũng như nhau
cũng đều đến từ miền duyên hải

Buồn Như Tháng Ba

Buồn như những lúc cuối tháng ba
tháng ba, chui rúc chỉ quanh nhà
đi lên, đi xuống, rồi đi ngủ
nằm lên, nằm xuống, ở sofa

Tôi đã buồn như một cụm mây
lững lờ vô định theo tháng ngày
mặc cho gió đẩy theo cùng gió
nhưng nỗi buồn kia vẫn quanh đây

Tôi đã buồn như một nhánh lan
héo khô quên tưới treo trên giàn
nhện giăng lưới mỏng nằm yên đợi
vô tình nghe được tiếng kêu than

Tôi đã buồn như cơn đói xưa
sắn khoai chẳng đủ để qua mùa
đứa trẻ đang lớn thèm ăn, đủ
nhưng mà vẫn thiếu bữa cơm trưa

Tôi đã buồn như con ốc sên
trốn mình trong vỏ để tìm quên
quá khứ qua rồi sao vẫn nhớ
ngoài kia súng đạn luôn vang rền

Tôi đã buồn như thiếu vắng ai
nửa khuya tĩnh lặng suốt đêm dài
vòng tay bé nhỏ ôm tôi chặt
nước mắt đầm đìa lúc chia hai

Tôi đã buồn như buổi sáng nay
con còn đang ngủ vợ đi cày
một mình thơ thẩn, ôi buồn quá
chợt thả hồn tôi theo gió mây...
032720

Nắng Tháng Tư

Tháng tư lặng lẽ về bên cửa
sao nắng không về dẫu xế trưa
đôi mắt buồn, hoa đào ủ rũ
đưa tay vẫy chào, gió đong đưa.

Nay Mùa Xuân Tới

Hoa mừng cỏ thích hứng mưa rơi
Tạm biệt mùa đông ở cuối trời
Tuyết lạnh qua đi chồi chớm mới
Sương mềm rớt xuống lộc vừa khơi
Anh Đào kết nụ tươi phơi phới
Dạ Lý đơm bông đẹp rạng ngời
Giữa buổi giao thời xuân chợt tới
Tưng bừng nhộn nhịp khắp muôn nơi
032620

Những Con Kên Kên

Tranh giành giữ lấy miếng mồi ngon
Chắc sợ người ta giựt chẳng còn
Chỉ được thời cơ thì bới móc
Chờ cho có dịp để đào mòn
Vì tiền bỏ hết câu danh nghĩa
Bởi lợi quên đành việc sắt son
Miệng nói liên tu không sự thật
Đưa tin thất thiệt dễ chui lòn?
032520

Nghe Mùa Xuân Đến

Bên hồ đã trổ một bông hoa
Cánh mỏng xinh tươi dưới cội già
Lá đỏ lung linh chào nắng mới
Chồi xanh óng mượt hứng sương sa
Xôn xao dế chúc xuân hồng thắm
Ríu rít chim ca tiết thái hòa
Chếnh choáng men say hồn tưởng lạc
Vui đời rộn rã chẳng đành xa
032420

Mùa Dịch: Tìm Đến Thơ

Bị nhốt cùm chân mấy bữa giờ
Nên người chậm chạp tưởng như đơ
Thôi thì tập viết qua con chữ
Tiện thể quen dần với đoản thơ
Trí thả lan man vào cảm hứng
Hồn về lạc lõng tới niềm mơ
Không màng thế sự đang vần vũ
Dịch hạch ngoài kia đủ phạc phờ
032420

Mãi Còn Vương

(Phong yêu)

Bùi ngùi chợt nhớ đến quê hương
Của thuở ngày xưa dưới mái trường
Những dấu chân trần in góc phố
Hàng cây phượng vỹ nép bên đường
Giờ đây cách biệt mình hai ngả
Bạn đã xa vời tớ viễn phương
Chẳng biết khi nào ta gặp lại
Thương về chốn cũ mãi còn vương
032120

Tri Âm

Hai người bạn ấy mãi đồng thanh
Chẳng biết ngày đêm vẫn tựu thành
Bởi lẽ âm thầm nên đạt ý
Vì nhau khắc phục để hoài danh
Nhìn theo nhịp bước cùng luôn rõ
Đứng giữa tình thương lại hiểu rành
Nắm trọn bàn tay lòng sẽ tỏ
Yêu kiều mỗi lúc tựa màu tranh...
032020

Tránh Coronavirus

(bát vỹ đông vận)

Bên ngoài dịch bệnh tránh rong chơi
Tụ tập mà chi chết một đời
Sức khỏe thân mình nên ý tới
Tinh thần trí tuệ cũng đừng lơi
Nghe đâu trước có bao người khởi
Vẳng đến sau còn lắm kẻ khơi
Hãy nhớ an vui không nghĩ ngợi
Cô Vi sẽ bị đánh tơi bời...
031520

Đêm Nghe Tiếng Nguyệt Cầm

Gió thoảng vu vi tiếng nguyệt cầm
Xa dời vọng lại rõ từng âm
Cung đàn khúc nhạc nghe bay bổng
Giọng hát lời ca cảm ngút trầm
Rạo rực bao hồi theo nhịp thở
U buồn mỗi lúc đến đường tâm
Đêm khuya lắng đọng nhìn trăng tỏ
Có phải *Tầm Dương!* Bỗng nhủ thầm?

031020

**Tên một con sông ở tỉnh Giang Tây, Trung Quốc, được Bạch Cư Dị đời Đường nói đến trong bài thơ Tỳ Bà Hành nổi tiếng, viết về tâm trạng cô đơn của một người kỹ nữ rất giỏi đàn*

Lại Chuyện Đổi Giờ

Bắc Mỹ hôm nay lại đổi giờ
Không còn một tiếng để nằm mơ
Lim dim mắt nhắm say gà gật
Lẩn quẩn chân quàng ngã chỏng chơ
Sáng sớm con thơ trông đứng đợi
Mờ sương đám trẻ hối ngồi chờ
Vì sao chỉnh sửa phiền hà quá
Tiết kiệm bao nhiêu thật đáng ngờ?
030920

Đôi Nhũ Hoa

Hai bầu sữa ngọt của người ta
Có phải rằng chung tặng cả nhà
Sáng sớm con thường quen miệng bú
Đêm khuya bố vẫn nghiện tay xoa
Đôi dòng ngà trắng thơm sườn nhũ
Hai đỉnh tươi hồng ấp nụ hoa
Tạo hóa yêu thương nên đã dựng
Cùng nhau sớt sẻ khỏi vòi quà
030720

Hoa Hồng Lộc (Redbuds)*

Nụ biếc chào Xuân giữa tháng ba
Hương khoe sắc thắm tím hoa cà
Tinh sương thức dậy mừng mùa đến
Sáng sớm vươn mình đón nắng qua
Quấn quýt bên nhau luôn kết chặt
Yêu chiều một dạ chẳng rời xa
Thời gian thoáng đó bao lâu nhỉ?
Chỉ biết tình kia mãi đậm đà...
030720

Redbuds tên khoa học là Cercis canadensis là một loài hoa thân cây gỗ được tìm thấy ở vùng Bắc Mỹ từ miền Nam Ontario, Canada đến Floria, tiểu bang Hoa Kỳ. Hoa có màu hồng tím hoa cà, lá hình trái tim. Tạm dịch Hoa Hồng Lộc.

Chúc Xuân Canh Tý

Hợi đã qua rồi Tý tới đây
Xuân tươi trước ngõ chốc đong đầy
Muôn nhà rộn rã cùng mâm quả
Khắp chốn cười đùa với cỏ cây
Tết đến gia đình về tụ họp
Năm sang đám cháu lại sum vầy
Cầu mong tất cả vui ngày hội
Phú quý dâng tràn lộng sắc mây

Bóng Tình Nhân

Giữa trưa ta lại tìm nhau
bóng in trên gối nhuốm màu tình nhân
vòng tay nào níu lại gần
mùi hương quen thuộc ái ân mặn nồng
cuốn theo hơi thở giữa dòng
cầu ô nối nhịp chung lòng duyên ta
nay em về với một nhà
mà anh cứ ngỡ như là trong mơ...
Lễ Tình Nhân 021420

Nhớ

Một mình em đếm sao rơi
Nhớ nhau quay quắt những lời yêu thương
Nhớ như chăn gối nhớ giường
Nhớ bờ môi ngọt lịm đường đê mê
Anh đi cả tháng chưa về
Lênh đênh trên biển bốn bề nơi nao?
Nụ hôn ngày cưới ngọt ngào
Thêm tuần trăng mật lao đao say tình.
Giờ đây em chỉ một mình
Đêm khuya gió lạnh một mình sao cam?

Lời Tự Thú...

Trốn em chỉ để làm thơ
chứ anh nào có rằng tơ tưởng gì
sao em cứ hỏi anh chi
có cô nào đó nên đi tối ngày?

Tình anh luôn mãi tràn đầy
trước sau như một kiếp này khó phai
bên nhau bao tháng năm dài
vui buồn sướng khổ chỉ hai chúng mình

Trốn em, anh ở một mình
thả hồn thơ thẩn chút tình với thơ
biết em cứ mãi luôn chờ
ngỡ rằng anh đã hững hờ tránh xa

Nàng thơ chẳng chịu ở nhà
khi em bên cạnh nàng ta trốn rồi
anh tìm một chút đơn côi
một mình gặm nhấm một hồi .... ra thơ!
021520

Hoa Đào Cuối Đông

Hoa đào nở vội cuối đông
Em đem xuân tới xoay vòng đời tôi
Con tim chai đá lâu rồi
Cuốn theo ngày tháng nổi trôi phận người
Hôm nay tôi thấy hoa cười
Dù tim hóa đá đã tươi ít nhiều
Thể như trai trẻ được yêu
Tựa làn gió mát sáo diều vu vi
Rằng đang ở tuổi xuân thì
Lặng im để ngắm khắc ghi vào hồn...
022020

Đêm Nhớ Người ở Cách Xa

(Tặng hai em Bê & Thắng)

Nửa đêm thức giấc tìm hơi ấm
Chợt nhớ bây giờ anh ở xa
Lênh đênh trên biển vui đời lính
Có nhớ không anh vợ ở nhà?

Nửa đêm thức giấc đêm tĩnh lặng
Nỗi buồn gặm nhấm anh biết chăng
Bao giờ nghỉ phép ta sum họp
Em chờ đợi nhau, đếm từng ngày

Nửa đêm thức giấc khóe mắt cay
Ngậm ngùi hai chữ nhớ thương thay
Nhớ bờ vai rộng nơi em tựa
Nhớ lắm anh ơi lệ tràn đầy

Nửa đêm thức giấc mong trời sáng
Một mình chiếc bóng rất thênh thang
Giá như chúng mình đừng xa cách
Hạnh phúc bên nhau đêm địa đàng...
022220

Tiễn Em Một Buổi Chiều Đông

Cuối buổi hôm này chút nắng hanh
Chiều đông chiếc lá sớm lìa cành
Mây giăng kín phủ chân trời tím
Tuyết đổ chôn vùi rặng núi xanh
Giữa cảnh tiêu điều thôi cũng mặc
Ngoài song vắng vẻ bỏ sao đành
Vần thơ chợt nghẹn trong tâm trí
Chẳng biết em về có nhớ anh?
120219

Trao Em

Trao em một nụ hôn đầu
Vòng tay siết chặt bên nhau mặn nồng
Trao em trao cả tấm lòng
Lắng nghe hơi thở phập phồng ngẩn ngơ

Trao em một chút dại khờ
Cách xa vạn dặm vẫn chờ bước chung
Nắm tay ta hãy đi cùng
Dù cho gian khổ vẫn ung dung cười

Trao em một đóa hoa tươi
Nhân ngày kỷ niệm của mười năm qua
Bao điều hẹn ước đôi ta
Ân tình bền vững đến già chẳng phai...

Trao em luôn cả bờ vai
Là nơi em tựa đêm dài ru con
Dù cho biển cạn đá mòn
Anh còn hơi thở là còn trao em!

Cả Nhà Hạnh Phúc

Canh chua nấu cá Basa
ăn liền mấy chén thiệt là hao cơm
cà chua, đậu bắp, cùng thơm
bạc hà, giá sống, ngò ôm nức mùi

chồng ăn mà vợ tươi vui
miệng luôn chúm chím mỉm cười nhìn sang
yêu thương hạnh phúc chứa chan
cùng nhau gắn bó điểm trang cuộc đời...

yêu nhau, thương lắm, người ơi
nghĩa tình chồng vợ trọn đời có nhau
cho dù giông tố bể dâu
trải qua gian khổ trước sau vững lòng

dù cho ngày tháng long đong
bao năm tình nghĩa vợ chồng chân quê
đi xa cũng nhớ quay về
cả nhà hạnh phúc đề huề bên con.
112619

Lễ Tạ Ơn

Gà tây ướp nướng nhất trên đời
Bánh bí ngô vàng ở khắp nơi
Rượu táo thơm lừng ly mới cạn
Hồ đào nức mũi chén vừa vơi
Khoai kia một rổ đem nghiền nát
Bắp nọ vài xâu nấu chín rời
Nước Mỹ giờ đây đang chuẩn bị
Cùng nhau họp mặt Tạ Ơn Trời
Happy Thanksgiving 2019

Ngày Cuối Tuần...

Ngày cuối tuần tạm quên những vướng bận
Dành cho nhau một chút xíu thời gian
Cùng gia đình lái xe đi thăm bạn
Hạnh phúc rồi có phải vậy không em?

Nhiều bận bịu mỗi ngày lo cơm áo
Chạy đua theo cuộc sống với thời gian
Để mai sau không còn gì tiếc nuối
Khi về già tâm hồn luôn thanh thản

Ngày cuối tuần quay quần bên bếp lửa
Nướng củ khoai và nghe kể chuyện vui
Ôm bụng cười nằm lăn nghiêng lăn ngửa
Tưởng như rằng bốn đứa khùng đang say

Ngày cuối tuần gặp nhau ở tại đây
Tìm hơi ấm của ngày đông giá lạnh
Nơi xứ này khi đông về hiu quạnh
Tình bạn bè càng thêm quý nhau hơn...

Ngày cuối tuần bên nhau bạn chợt hỏi
"Sống như vầy hạnh phúc quá phải không?"
Tôi mỉm cười khi nghe lời bạn nói
Và đồng tình thấy ấm áp trong lòng...
Hampton112419

Kể Chuyện Thơ

Chào đời con chẳng thấy cha
mười năm đằng đẳng thật là dài lâu
vượt qua gian khổ bể dâu
tưởng vòng tay ấm ngờ đâu phũ phàng

thân cha ma dại điêu tàn
làm con sợ sệt không màng hỏi han
cha buồn chẳng có kêu than
rưng rưng nước mắt hai hàng ướt mi

từ ngày họ bắt cha đi
nhốt vào ngục tối còn chi thân hình
nhìn cha con mãi lặng thinh
đến khi mẹ giục lại nhìn cha con

mẹ thương dỗ ngọt dỗ ngoan
còn con trì kéo chạy lòn sau lưng
ra xa ánh mắt trừng trừng
tại ông râu tóc người rừng đằng kia

thương con nước mắt đầm đìa
cha cười khẽ nói mai kia quen liền
qua bao năm tháng triền miên
cha về sum họp bình yên quê nhà

một năm cứ thế trôi qua
vào trường khoe bạn rằng ta đủ đầy
cả cha lẫn mẹ sum vầy
gia đình hạnh phúc cả ngày vui reo

tuy rằng cuộc sống khổ nghèo
cơm không đủ bữa lèo tèo chẳng no
đông về nằm ngủ co ro
chăn không đủ đắp chân thò trở ra

đêm hôm dưới ánh trăng ngà
mèo kia cứ tưởng đây là thức ăn
chân tay mèo cắn nhùng nhằng
máu tuôn lênh láng ướt khăn lau bàn

một phen hồn phách tiêu tan
rất may có sẵn trên bàn thuốc rê
đắp vào cầm máu khỏi chê
sáng ra thức dậy còn ê ẩm người

năm nay con sắp lên mười
nhà thêm em bé tiếng cười trẻ thơ
mẹ cha lam lũ từng giờ
thức khuya dậy sớm trong mơ còn làm

xích lô sức khỏe không kham
may mà hàng xóm nhận làm cu li
tháng ngày tiết kiệm chi li
bán luôn tất cả những gì trong tay

mẹ liều một chuyến tìm may
thêm vào móc nối tìm ngày vượt biên
năm người vừa đủ số tiền
lén la lén lút ra hiên nhà chờ

nửa đêm đến tận sáng mờ
con thuyền rẽ sóng bơ vơ giữa dòng
mênh mang gió biển long đong
nhờ trời thương xót nhủ lòng cứu cho

thế là cập bến tự do
đảo Phi cha ở tò tò hai năm
nơi quê nhà quá xa xăm
mẹ lo cơm gạo nuôi năm con khờ

với thêm bà nội mù mờ
tai không nghe được phải nhờ cháu con
cả ngày trong bếp nước non
gánh gồng vai nặng chẳng còn sức hơi

quanh năm không dám nghỉ ngơi
bệnh đau cũng mặc để trời đất lo
mong rằng con được bữa no
áo quần sạch sẽ thơm tho đến trường

nghĩ lại con thấy con thương
anh em cũng biết nhún nhường sẻ san
lo cho con trẻ vững vàng
mẹ làm thêm việc bán hàng bánh canh

sáng sớm ra đến đầu gành
mua con cá mối để dành ngày mai
ba năm cũng đủ quá dài
chưa lần gặp mặt hỏi ai chẳng buồn

bao nhiêu nước mắt chợt tuôn
vỡ òa hạnh phúc nỗi buồn đã qua
hôm nay ngày lễ của cha
ở trên đất mỹ rất là dễ thương

cám ơn cha mẹ trăm đường
nói sao cho hết yêu thương vô bờ
chăm lo từ thuở ấu thơ
nay thành gia thất con thơ trưởng thành

công lao của đấng sinh thành
con luôn ghi nhớ cất dành trong tim
với bao mong ước nỗi niềm
mẹ cha vẫn mãi bình yên tuổi già.

Chở Em Đi...

Chở em đi ngắm hoa vàng
Hướng Dương nở rộ thênh thang cánh đồng
Sinh nhật em chẳng chờ mong
Kim cương, vàng bạc, hoa hồng, bánh kem

Chở em hái táo trên đồi
Xin thời gian chậm ngừng trôi vài giờ
Để anh dệt mộng làm thơ
Viết vào ký ức chẳng mờ dấu ghi...

Chở em lội suối nước trong
Rì rào gió thổi giữa dòng thảnh thơi
Mây xanh, đá cuội, biển trời
Bên nhau hạnh phúc trọn đời trăm năm...

Chở em đi hết tháng ngày
Trải bao hạnh phúc phút giây cận kề
Lòng anh chất chứa đê mê
Cùng em sánh bước đi về có nhau...

Chở em đi hết cuộc đời
Khó khăn thử thách không lời oán than
Cùng em gánh vác sẻ san
Ưu phiền sầu muộn gian nan đỡ đần...
Mừng Sinh Nhật Vợ 09022019

Mừng Sinh Nhật Vợ

Ơn em, tháng chín ngày hai
cho anh một gái, một trai ngon lành
Ơn em, đôi mắt long lanh
nhìn nhau đắm đuối để dành cho nhau

Ơn em, những lúc khổ đau
Ngọt bùi, cay đắng,
cùng nhau chia đều
Ơn em, ơn thật là nhiều
làm sao nói hết những điều trong tâm?

Ơn em, ơn sự chuyên cần
thức khuya, dậy sớm, âm thầm vá/may
Ơn em, những lúc đắng cay
cùng nhau vượt khó mọi ngày đã qua

Ơn em, cho sự thật thà
giận - hờn,
trách - mắng,
gần - xa... nói liền
Ơn em, những lúc buồn phiền
vỗ về, an ủi anh liền quên ngay...

Ơn em, tháng Chín ngày này
chúc mừng sinh nhật mừng ngày em sinh
Chúc em, luôn mãi yêu đời
bên nhau chung bước trọn đời răng long ...
RIC090115

Niềm Vui Cuối Tuần

Phía sau nhà bạn sáng nay
Nhìn con nước rút nhớ ngày ấu thơ
Những đêm dưới ánh trăng mờ
Nghe bìm bịp báo tới giờ giăng câu
Bên kia ở dưới chân cầu
Cá rô cá chốt đua nhau đớp mồi...

Hôm nay bạn với tôi ngồi
Trên thuyền kayak móc mồi thả câu
Không cần phải đợi chờ lâu
Cá đù cá chấm cắn câu liền liền
Cuối tuần cuộc sống an nhiên
Sau ngày làm việc như điên xứ này

Dòng Sông Cũ

Cùng em trở lại dòng sông cũ
Đã bốn năm rồi thời gian trôi
Gốc Liễu già nua chừng ủ rũ
Khi thấy em về tỉnh giấc cười...

Frederickburg, VA090219

Đông

Nắng nhạt ngày đông gợn nỗi sầu
Đông về lá rụng suốt canh thâu
Mong manh sợi nhớ mùa đông lạnh
Chất ngất đông sang bạc trắng đầu
Mộng tối đông tàn xuân hé nụ
Mơ trưa tuyết chảy đông qua cầu
Miền Đông giá buốt người tê dại
Vọng tiếng đông gào có biết đâu?
RIC111519

Tuyết

Đông về tuyết rụng sáng đêm thâu
Tuyết trắng tung bay nhuộm mối sầu
Ngập cả sân vườn hoa tuyết lạnh
Chìm trong tuyết đổ kín chân cầu
Âm thầm tuyết đến ngang qua ngõ
Lặng lẽ mùa sang tuyết phủ đầu
Mắt dõi chờ người nghe bão tuyết
Sao tìm chẳng thấy Tuyết nơi đâu?
RIC111719

Xuân

Đông tàn chẳng thấy bóng xuân đâu
Nắng chiếu xuân rơi khắp địa cầu
Lặng lẽ xuân về chừng mấy buổi
Xuân thầm chợt đến độ bao lâu
Xuân sang cỏ lá hoa bừng tỉnh
Nụ biếc chào xuân thức giấc sâu
Chắc tại mùa xuân vừa chớm nở
Xuân này rực rỡ sáng như châu
RIC121319

Duyên Nợ

Tay lần chuỗi hạt tìm quên
Tâm còn chưa tịnh cho nên vướng vào
Tình kia mới chớm ngọt ngào
Lời yêu tha thiết dạt dào ngất ngây
Rằng ta lỡ bước từ đây
Coi như duyên số kiếp này trăm năm...

Thu Sầu

Lá chín ươm màu cả ngọn cây
Thu vàng lặng lẽ trở về đây
Chiều sang nhớ lắm bờ môi ngọt
Tối đến quên sầu chén rượu cay
Lại những mùa trôi tàn gió hạ
Qua ngày tháng héo chết theo mây
Em xa kỷ niệm tìm vui mới
Chỉ nỗi buồn tôi giấc mộng này

Ngày Con Xa Mẹ

Mơ cho cuộc sống đẹp trên đời
Bỏ xứ lên thuyền đến biển khơi
Tiếng mẹ thầm thì như gió thổi
Lòng con ướt lạnh tựa sương rơi
Từng ngày ngóng đợi dài thăm thẳm
Mỗi tối chờ mong cũng rã rời
Kỷ niệm giờ đây chai hóa đá
Quê hương thoáng chốc đã xa vời.

Hẹn Em Ngày Về Phép

(Tặng hai em Bê & Thắng)

hẹn em ngày về phép
cùng nhau đi chụp hình
anh còn mặc áo lính
khoác trên người gió sương

hẹn em ngày về phép
bên gốc thông cỗi già
bao tháng ngày trên biển
ở tận phương trời xa

hẹn em ngày về phép
em trao anh nụ cười
bên nhau xây hạnh phúc
trọn đời ta có nhau...

Thăm Nhà Bạn

(riêng Nguyện & Kym)

Tôm tươi mà nướng lửa hồng
Vợ ăn khen ngọt vì chồng nướng cho
Cuối tuần chẳng chút âu lo
Ghé chơi nhà bạn chèo đò thả câu

Như Cơn Nắng

Như cơn nắng cả đời luôn nóng bỏng
Thiêu đốt nhau theo từng ánh mắt nhìn
Em cũng vậy, mỗi lần em liếc mắt
Khối óc nào cũng nung chảy tan ra...

Như cơn nắng cả đời không trú ngụ
Theo chân nhau mọi ngõ ngách nẻo đường
Em cũng thế, mỗi lần ta xa cách
Khi trở về lại dính chặt vào nhau...

Ta say nắng cả ngày luôn ngật ngưỡng
Người lâng lâng như ở mấy tầng mây
Hương tóc nhẹ thơm mùi thơm lúa mạ
Khát rực người khô cổ giữa đồng hoang!

Em hong tóc dưới nắng vàng buông nhẹ
Mỉm môi cười xao động lá thu rơi
Lá bâng khuâng rắc buồn bên lối nhỏ
Khẽ tung bay như những cánh chim trời...

Màu Áo Ai

Mồng tơi tím trổ bên bờ giậu
Cứ ngỡ như là màu áo ai
Anh vẫn yêu mãi màu áo ấy
Nhẹ nhàng tà áo thướt tha bay

Ngày Lang Thang

(Tám giờ trôi quá chậm !)

Sáng thức dậy thấy tóc vài sợi bạc
Bốn mươi năm nhuốm bụi với thời gian
Sáng thức dậy đầu óc còn mụ mị
Bởi đêm qua thao thức nhớ quê nhà ?

Ừ lạ nhỉ thời gian đâu phải ngắn
Tưởng đã quên hình bóng cũ năm nào
Ta lạc lõng giữa nơi này chốn cũ
Gió đầu mùa khơi dậy nỗi lòng đau...

Ghé Chơi Nhà Bạn

(riêng Nguyện & Kym)

Ghé chơi nhà bạn buổi trưa hè
Mà ngỡ như về với tuổi thơ
Giờ con kênh nước đang dâng lớn
Lặng lẽ đứng nhìn đến thẫn thờ

Tay quăng chài lưới nhiều tôm cá
Để đem vào nhà đúc bánh ngon
Nhâm nhi chén rượu bừng đôi má
Ngọn gió hiu hiu thổi vào hồn...

Đây này nho tươi, sung thơm ngọt
Táo đỏ trên cành kín cả cây
Leo trèo ta hái như hồi trẻ
Tíu tít trên cao suốt cả ngày

Dòng kênh nước mát lững lờ trôi
Chiếc ghế đung đưa chỗ em ngồi
Tỏa nhẹ mùi hương hoa chớm nở
Chỉ bao nhiêu đó đủ say rồi.

Nắng chiều xuống vội còn lưu luyến
Chẳng muốn chia tay một chút nào
Sẽ hẹn lần sau còn đến nữa
Vẫy tay bịn rịn trong nghẹn ngào.
Hampton- 082519

Ngày Hè Trôi Qua

Vui cùng đám trẻ tháng hè qua
Mới đó mà thu ở trước nhà
Ngọn gió giao mùa hoa tím rụng
Cành đào trở úa lá vàng ra
Bùi ngùi tiễn bước theo mưa hạ
Bứt rứt đưa tay vẫy nắng tà
Kỷ niệm bao ngày ghi ký ức
Mai này nghĩ lại chuyện xưa xa
RIC082219

Trên Ngọn Hải Đăng

(Old Point Loma Lighthouse)

Trèo lên tới đỉnh hải đăng này
Bóng nắng in hằn vạt áo bay
Sóng đổ xô bờ trên vách đá
Ong tìm hút mật giữa rừng cây
Mênh mông biển rộng trong tầm mắt
Vút tít trời cao cận đám mây
Đếm bước chân mình theo nhịp thở
Nơi đây muốn ở trọn nguyên ngày.
San Diego-081019

Muôn Trùng Dấu Yêu

(Hạc tất)

Trong tay chậm bước xuống chân đồi
Ở giữa trời mây mãi có đôi
Tóc lụa tơ mềm vương khóe mắt
Hương hồng dịu ngọt đọng bờ môi
Mê say chất ngất hồn phiêu bạt
Đắm đuối vô vàn phách bỏ trôi
Mỗi một thân này là hiện hữu
Ta cùng sống trọn chẳng phai phôi
Laguna Beach- 081019

Đàn Hải Cẩu Ở La Jolla

Gào la hét tiếng tới vang trời
Giữa chốn bao người thỏa thích bơi
Dưới biển rì rào con sóng gọi
Trên bờ lặng lẽ áng mây rơi
Vui đùa ngụp lặn cùng du khách
Khóc thét bày trò với trẻ chơi
Ngúng nguẩy leo trèo lên tảng đá
Ườn mình ngáy ngủ lại nằm phơi
La Jolla, San Diego 080719

Khó

(Ngũ Độ Thanh)

Cứ tưởng đâu rằng dễ họa thơ
Mà sao nghĩ ngợi đến hai giờ
Thanh bằng sắc hỏi không làm được
Dấu nặng ngang huyền cũng bỏ lơ
Nặn óc tìm câu chừng ngã ngửa
Vò tai lựa chữ chắc bơ phờ
Thi từ khó hiểu ai thèm đọc?
Bút nghẹn nên đành chỉ mãi mơ...

RIC080219

Bên Đường Hiu Quạnh

(Ngũ Độ Thanh)

Một mảnh trăng gầy giữa gió sương
Trời đêm lạnh lẽo phủ bên đường
Hàng cây cạnh ngõ buồn nên tiếc
Cụm sỏi ven hồ thấy bỗng thương
Mỏi gối chồn chân chừ đã muộn
Ê người nặng óc mãi còn vương
Rừng thưa vạn ngả lê từng bước
Chẳng lẽ trông mòn đợi ánh dương ?

080319

Tiếng Gọi Ngày Hè

Mùa hè tháng bảy bạn qua đây
Trại dựng lều giăng tạm mấy ngày
Rả rích ve kêu nồng giấc ngủ
Rì rào gió thổi loãng cơn say
Thảnh thơi giữa cảnh thiên nhiên ấy
Thoải mái trong lòng với cỏ cây
Một khoảng trời thơ nhiều mộng đẹp
Đoàn viên mở hội tiệc sum vầy*
First Landing VAB – 072719

** Truyện Kiều Nguyễn Du (Đoàn viên vội mở tiệc hoa vui vầy)*

Lưu Luyến Cùng Nàng
(Phong Yêu, Chánh Nữu)

Sóng đẩy con thuyền đến biển khơi
Bên kia bãi cát giữa lưng trời
Lều thưa vắng vẻ mình trơ trọi
Gió mạnh xạc xào tóc tả tơi
Sáng sớm trên đồi chim én lượn
Nửa trưa dưới phố trẻ rong chơi
Chiều nay ngày cuối ai không nỡ
Ở mãi nơi đây chẳng muốn rời
Oracoke 070519

Buổi Sáng Ở Charleston

Buổi sáng oi nồng trời nắng hạ
Trước thềm đá cuội tường vôi xanh
Em mỉm môi cười che nón lá
Nghe con chim nhỏ hót đầu cành

Buổi sáng nắng vàng góc phố nhỏ
Chân em bước nhẹ qua đầu ngõ
Anh gã si tình đang đứng đó
Chờ em lặng lẽ chỉ để... nhìn

Buổi sáng nơi này anh xa lạ
Nhờ em chỉ lối giùm anh đi
Đường nào ngắn nhất để tìm đến
Con tim loạn nhịp đập từng hồi.
Charleston070419

May - Tháng Năm - Ngày của Mẹ

May! Ơ kìa tháng năm vừa chợt đến
Cành dâu tằm trái chín đỏ trên cây
Con sáo đen vừa cất tiếng gọi bầy
Gắp trái ngọt đút con bao trìu mến

May! Tháng năm có ngày lễ của Mẹ
Cho con còn hơi ấm của vòng tay
Những củ khoai nóng hổi buổi sáng ngày
Dù xứ này cơm gạo không hề thiếu!

Mẹ thương con vì thấy con bận bịu
Lo chu toàn trong trước lẫn ngoài sau
Nhìn thấy thế lòng Mẹ lại thêm đau
Muốn giúp con dù củ khoai nhỏ bé

Có đôi lúc nhìn con Mẹ nhỏ nhẹ
Mẹ già rồi vô dụng lắm không con?
Nghe nghẹn ngào quặn thắt tận trong tim
Mẹ đừng hỏi lòng con đau như cắt

May! Tháng năm mùa của hoa hút mật
Màu trắng ngà tỏa hơi thở thơm tho
Con đến chùa quỳ xuống xin đức Phật
Cầu cho Mẹ sống đời chẳng âu lo

Nhìn Mẹ vui con sung sướng trăm bề
Dù cho con có làm lụng cơ cực
Khi con mệt những câu Mẹ vỗ về
Bao khó nhọc cũng tan theo mây khói...

May! Tháng năm có ngày lễ của Mẹ
Để cho con hái tặng một nụ hồng
Dù bao lần con chẳng thể nói ra
Con yêu Mẹ, thương Mẹ nhiều lắm lắm...
051019

Ngồi Ở Thuyền Gió Trên Sông Cỏ Ta Nhớ Về Quê Xưa

Có một dòng sông lặng lẽ trôi
Miền Nam đất Mỹ nơi đây rồi
Đàn cò mỏi cánh tìm cây đậu
Cá sấu phơi lưng tắm nắng chơi
Cứ ngỡ quê xưa trong khóe mắt
Ai ngờ chốn cũ quá xa xôi
Con thuyền xẻ gió bay trên nước
Bỏ lại đằng sau chút bồi hồi ...
033019

**Ngồi ở thuyền gió đến Everglades National Park, Florida, Hoa Kỳ, chợt thấy giống miền Tây Việt Nam, nên ghi lại vài dòng...*

Ngày Đầu Xuân

Hôm nay ngày đầu xuân
mai vàng đang chớm nở
con trùn trồi trên cỏ
chim sẻ nâu gọi tình

Hôm nay ngày đầu xuân
ánh trăng tròn sáng tỏ
anh vừa về đến ngõ
em rộn rã vui mừng...
032019

Thủy Tiên Vàng

Chào mùa xuân cánh đồng hoa vàng nở
Trôi bồng bềnh trên thung lũng đồi nương
Cơn gió nhẹ đi qua theo nhịp thở
Thủy tiên vàng, ôi những đóa yêu thương.

Sáu cánh mỏng mỉm cười trong nắng sớm
Em thức dậy sau bao tháng ngủ vùi
Mở bờ môi liếm lấy từng giọt sương
Ôi hạnh phúc tưởng chừng như rơi lệ

Những chiếc lá mịn màng và thẳng tắp
Như mười ngón tay ve vuốt lụa là
Em giữa đồng, dưới ánh nắng kiêu sa
Bao rộn ràng trái tim nào rộng mở

Hương thoang thoảng theo ngọn gió giao mùa
Ta say đắm gửi trọn về bên ấy
Dẫu mai nay có trở về phố thị
Vẫn mang theo hình bóng kể từ đây...

Ôi những đóa yêu thương màu vàng rực
Ánh hoàng kim của những đóa thủy tiên
Ta sẽ chôn giấu kín nơi lồng ngực
Để cả đời với nỗi nhớ triền miên.
RIC031219

Này Tháng Ba

Này tháng Ba giọt mưa nào rớt xuống
Cành mai vàng đơm nụ chờ Xuân sang
Sáng thứ Sáu bên nhau vòng tay ấm
Chẳng muốn rời sợ hạnh phúc vỡ tan

Này tháng Ba vừa về sao chẳng nắng
Con sẻ ngô ngậm cọng cỏ điệu đàng
Cánh chao nghiêng giữa khung trời lãng mạn
Tìm nơi khuất để xây tổ uyên ương...

Này tháng Ba ngập ngừng bên giọt nước
Phút giao mùa bỡ ngỡ tưởng rằng mơ
Suốt mùa Đông có biết ta đợi chờ
Tháng Ba đến rõ ràng không hẹn trước...
030119

Sáng Mồng Một

Sáng mồng một hai con đến trường học
Ta hẹn hò để nhớ lại Xuân xưa
Thay áo mới đến chùa xin lễ Phật
Bởi đêm qua đã trễ buổi giao thừa

Sáng mồng một đi chùa em hái lộc
Chiếc lá non đã héo úa bao giờ
Còn chi đâu để ta tặng người ngọc
Mùa xuân nào giờ chỉ ở trong mơ...

Sáng mồng một đi tìm hương vị Tết
Thấy mênh mông cơn gió lạnh giao mùa
Xuân nơi này mới về nhưng đã hết
Chiếc áo Xuân vội cởi bỏ nơi nào?

Sáng mồng một trở về với hiện tại
Thay áo ra ta vội vã đi làm
Xuân đến chi già lên thêm một tuổi
Nơi xứ người ngày tháng dài thênh thang...
Ngày mồng một Tết Kỷ Hợi

Nguyệt Thực

Nửa khuya đợi ngắm nàng thay áo
Từ xanh sang đỏ rất xinh tươi
Để đón Xuân về thay tiếng pháo
Xuân nơi đất lạ vắng tiếng cười

Đêm nay giá buốt lòng tê tái
Vầng trăng xanh cũ đã chuyển màu
Đỏ hồng đôi má chừng đôi tám
Trăng thẹn nhìn ta, trăng trốn đâu?

Nửa khuya em còn trong chăn ấm
Ta lén tự tình cùng trăng xưa
Cũng may em ngủ say sưa lắm
Nên em chẳng biết ta hẹn hò

Đêm nay rạo rực vầng nguyệt thực
Vì sao xưa bẽn lẽn lưng trời
Yêu say đắm tận cùng tâm thức
Một đêm thôi hạnh phúc tuyệt vời...
012019

Kỷ Niệm Mười Bốn Năm

Đêm nay ngồi xem lại tấm hình cũ
Trăng mười bốn chín tới ở đầu non
Chia tay nhau đôi ta cùng ấp ủ
Mộng ước xưa bây giờ luôn vẫn còn

Nhớ lại ngày này mười bốn năm trước
Trong một chuyến anh về thăm quê hương
Mình đã cùng nhau đi khắp miền đất nước
Đôi chân ta in dấu những con đường

Mười bốn năm không dài cũng chẳng ngắn
Bao khó khăn chúng mình cũng vượt qua
Có quá nhiều ngọt bùi và cay đắng
Đông sớm tàn Xuân đến sẽ trổ hoa.

Cám ơn em mười bốn năm đến giờ
Xây hạnh phúc bên xứ người xa lạ
Đôi bàn tay trắng dựng nên tất cả
Thương yêu chồng chăm sóc hai con thơ.

Cám ơn em đã cùng anh chung bước
Đến mọi nơi dù góc bể chân trời
Dẫu biết rằng nhiều khi còn trái ngược
Nhưng bên em đời sẽ đẹp như mơ.

Buổi Sáng Mùa Đông

Sáng mùa đông gió lùa qua khắp phố
Phút chạnh lòng em suy nghĩ miên man
Đã cùng nhau vượt qua bao giông tố
Chút gió bay chẳng thấm lạnh bao giờ

Sáng mùa đông hàng cây buồn ủ rũ
Cánh tay trần trụi lá đứng trơ xương
Em có nhớ mùa đông xưa rất cũ
Ta quen nhau trên xe buýt tan trường

Sáng mùa đông chim trời đi trốn lạnh
Con mèo lười chui rúc trong vòng tay
Mắt lim dim em vuốt bộ lông mềm
Anh lặng thầm nhìn em ôi hạnh phúc

Sáng mùa đông vẫn còn cơn ngái ngủ
Anh nhẹ nhàng ôm lấy từ phía sau
Em tựa đầu vào anh tìm hơi ấm
Mùi tóc thơm bên chăn gối ta nằm...
RIC010419

Trại Hè Cape Hatteras

Giăng lều anh ngắm sao rơi
Ngắm vầng trăng khuyết giữa trời đêm nay
Yêu thương thêm lớn mỗi ngày
Anh như một kẻ sa lầy bùa yêu
Tưởng như cơn mộng phiêu diêu
Thực như hư ảo bao nhiêu là tình...
070619

Xuân Tha Hương

Một mùa Xuân nữa ở nơi đây
Tuyết trắng tuôn rơi đã bao ngày
Tết đến chẳng còn nghe tiếng pháo
Ngoài vườn héo hắt mấy cành cây

Hôm trước cuối tuần đi ra chợ
Mua cành đào dại về nhà chưng
Sáng mồng một Tết hoa đào nở
Nhìn hoa bạc phếch mắt lệ rưng

Trên bàn đĩa mứt còn nguyên vẹn
Chẳng buồn đụng đến những ngày Xuân
Ở đây buồn lắm ai có hiểu
Đón Tết xa quê nhớ muôn trùng...

Mai vàng bốn cánh* khẳng khiu rụng
Thương cho một kiếp đời phù vân
Râm ran tiếng mõ ai vừa tụng
Xốn xang khóe mắt dụi mấy lần

Tết đến nơi đây buồn quạnh quẽ
Mùng ba giá rét buổi chiều đông
Mắt hướng nhìn về thương quê Mẹ
Cầu mong cuộc sống sẽ tươi hồng...
RIC011019

Forsythia = màu vàng, bốn cánh thường trổ hoa vào mùa Xuân ở vùng Đông Bắc Nước Mỹ

Cùng Em Bên Bếp Lửa Hồng

Đêm ngồi canh bánh sau nhà
mắt vương khói bếp như là lệ tuôn
xa quê tôi thấy thật buồn
dẫu bao năm tháng không buông được lòng

Đêm nay bên bếp lửa hồng
trời se se lạnh vợ chồng có nhau
ấm êm bếp lửa nhiệm mầu
tựa vai kể chuyện vui, sầu đã qua

Năm mới rộn rã gần xa
hoa thơm mứt ngọt cả nhà đoàn viên
Rằng em...
Em rất dịu hiền
đảm đang nội trợ chẳng phiền đến ai

Mùa xuân sẽ đến ngày mai
dấu môi chăn gối bờ vai chạm vào
Xuân sang trước ngõ đón chào
ngập tràn hạnh phúc thắm trao duyên lành
020721

Rằm Tháng Giêng

Tháng Giêng nấu bánh cúng Rằm
Thấy trăng ôm gối nghiêng nằm trên cây
Quạ kêu ngơ ngác lạc bầy
Lang thang phiêu bạt cuối ngày về đâu?

Đêm nay bếp lửa bạc màu
Củi tàn rớt cánh thêm sầu nhớ quê
Trăng non quên chốn trở về
Gió se se lạnh tái tê nỗi lòng

Cũng may có chút tình nồng
Mắt say môi ấm để không ngậm ngùi
Và em mang tới niềm vui
Tôi như trẻ nít cả người lâng lâng

Bao nhiêu thương nhớ trào dâng
Khép đôi mi ngủ bâng khuâng đợi chờ
Vòng tay nửa tỉnh nửa mơ
Bồng bềnh chếch choáng lờ mờ ánh trăng...
022421

Mười Bảy Tuổi Ve Sầu

Khi cây cỏ giật mình và thức giấc
nụ anh đào e ấp đón xuân sang
con ve sầu chui rúc từ lòng đất
bỗng trồi lên mười bảy năm địa đàng...

em mười bảy tuổi con gái ửng môi
cong mùa xuân phơi phới đầy tràn nhựa
sống con ve sầu rúc lên từ lòng
đất mười bảy năm nuôi thân xác nhụa

nhầy từ những rễ cây đổi màu xanh
của lá sắc vàng cam đỏ thắm chào
xuân con ve sầu trở mình năm mười
bảy chờ đợi đêm xuân đến để lột

trần chiếc áo giá lạnh nơi vùng đông
bắc rồi thổi hơi ấm trào vào miên
man ve ra đi bỏ lỗ trống ngút
ngàn em mười bảy trinh nguyên với hụt

hẫng cảm giác cứ thế mãi còn lâng
lâng; con ve sầu lột xác sau mười
bảy năm chôn vùi chỉ để một lần
giao hoan và sáu tuần ấp ủ bên nhau ...

khi màn đêm buông, bóng tôi bao trùm
con ve sầu thoát ra từ lòng đất
tìm nơi bấu víu, trên đỉnh cao giọt
nước nhụa nhầy rỉ ra khe hở ló

dạng giọt nước vàng bôi trơn cuộc hành
trình thoát kiếp; ve sầu mọc thêm đôi
cánh đợi khô ráo cứng để vụt bay
lên cao cất tiếng hát gọi rủ nhau

tìm người tình cho trọn kiếp, con ve
sầu sống để một lần giao hoan rồi
sau sáu tuần từ biệt vòng đời mười
bảy năm chôn vùi lòng đất trở lại ...

em mười bảy tuổi cảm giác vội vã
như ngàn con ong bu quanh lúc gần
gụi trên đỉnh cao những giọt nước nhụa
nhầy vàng vọt rỉ chậm nhanh khe hở

ló dạng giọt nước vàng bôi trơn cuộc
hành trình chín tháng gào thét đau đớn
cervis căng đứt xé hai vỡ òa
nơi ngã rẽ nhô ra nguyên hình gào

khóc với đời một kiếp con ve sầu
lột xác sau mười bảy năm ngủ vùi
người con gái tuổi mười bảy sau một
lần gần gụi thành đàn bà vĩnh cửu ...
RIC110218

** Ở vùng Đông Bắc Hoa Kỳ có một loài ve cứ sau mười bảy năm lại trồi lên từ mặt đất để lột xác, mọc thêm cánh và giao phối. Sau sáu tuần, ấu trùng của ve lại sống dưới lòng đất cho đến 17 năm sau...*

Ở Trạm Xe Bus Sáng Nay

Sáng nay ở trạm xe bus người đàn
bà tóc bạc da mồi mang những túi
thức ăn chậm rãi lê từng bước lên
bậc thang đôi mắt thẫn thờ mệt mỏi

sáng nay ở trạm xe bus người đàn
ông quần áo gọn gàng chỉnh tề vai
mang cặp da đôi mắt dính vào chiếc
điện thoại "thông minh" không buồn nhìn quanh

sáng nay ở trạm xe bus người đàn
bà bồng con hối hả đuổi theo chiếc
xe bus vừa chuyển bánh đôi mắt nhìn
vào chiếc xe miệng thầm thì cầu nguyện

sáng nay ở trạm xe bus đứa bé
ngủ gà ngủ gật trên đôi vai gầy
gió mùa đông thổi lạnh những hạt mưa
nhỏ li ti thấm buốt từng thớ thịt

sáng nay ở trạm xe bus người đàn
bà mệt mỏi dừng lại đôi mắt rưng
rưng nhìn chiếc xe lăn bánh đứa bé
hồn nhiên ngủ say trên bờ vai mẹ...
RIC010419

Con Chó

Sáng nay khi ông mặt trời còn ngái
ngủ con chó nằm đưa hai chân ra
phía trước nước dãi bọt mép còn đọng
lại hai bên ở ngay ngã ba đường

Sáng nay khi quẹo vào *exit* tôi
thấy người đàn ông râu tóc lẫn lộn
trộn lẫn vào nhau ngáp ngắn dài chẳng
thèm lấy tay che miệng người đàn ông

đưa tay lên vuốt bộ lông chó con
chó thở hổn hển người đàn ông mở
chiếc hộp nhìn con chó trìu mến nó
mừng quẫy đuôi vẫn ngáp dài thiếu ngủ

đêm qua trời đổ mưa mưa như trút
nước sáng nay khi quẹo vào exit con
chó ngủ chưa đủ giấc nằm dưới chiếc
dù màu hồng hai chân đưa ra phía

trước ngáp dài người đàn ông râu tóc
lẫn lộn tay che dù sáng nay những
chiếc xe vụt qua nước bắn vào chiếc
dù hồng không thể che ngang người đàn

ông cố kéo áo lau bộ lông chó
quên mất mình còn ướt hơn cả nó
sáng nay dòng xe nối dài ì ạch
cà rịch cà tang đang giờ cao điểm

sáng nay người đàn ông ngồi con chó
nằm ngáp dài nhìn những giọt nước nhảy
múa trên cây dù hồng sáng nay khi
tôi quẹo vào exit con chó không

nằm đợi người đàn ông cũng không ngồi
đó không thấy đôi bàn tay sần râu
tóc lẫn lộn trộn lẫn vào nhau dưới
cơn mưa đọng lại đỏ màu tanh máu

sáng nay đèn xanh đỏ đỏ xanh nhòe
nháy quay cuồng chong chóng ngày qua vội
hay dòng người đang vội quay buồn vui
lẫn lộn trộn lẫn giữa râu và tóc.
RIC110218

Buổi Sáng

Buổi sáng tôi pha cho người con gái
tôi yêu ly trà và thêm muỗng mật
ong giọt nước óng ánh vàng sóng sánh
bên trong chiếc ly thủy tinh tôi lại

nghĩ đến những con ong thợ những con
ong thợ cần mẫn chăm chỉ làm việc
việc làm duy nhất là bay đi tìm
mật buổi sáng con ong đi hút mật

trên cánh đồng đầy hoa với nhiều màu
sắc con ong thợ say sưa hút mật
con ong thợ hút mật về nuôi những
đứa con không liên hệ với chính mình

buổi sáng tôi kể với người con gái
tôi yêu về những người đàn ông mà
không phải là đàn ông những người đàn
ông sống kề cận bên cạnh phi tần

những người đàn ông vùng Đông Nam Á
những người đàn ông không mọc râu và
có thân hình ẻo lả như những cô
gái lỡ thì mà người ta gọi là

thái giám những người đàn ông bên cạnh
phi tần mà không dám chạm thịt da
những người đàn ông ẻo lả đàn bà
người đàn ông không khác con ong thợ

buổi sáng tôi nói với người con gái
tôi yêu khi yêu nhau người ta có
thể làm bất cứ điều gì chỉ duy
nhất một điều được cận kề bên nhau

buổi sáng tôi nói với người con gái
tôi yêu rằng tôi sẽ mãi pha cho
em một ly trà ấm thêm vào muỗng
mật ong mỗi sáng khi em thức dậy

buổi sáng tôi nói với người con gái
tôi yêu: Anh Yêu Em!
RIC110518

Em vẫn cần Anh!

Ngàn năm trước lúc anh và em chưa
sinh ra người đàn bà có tội khi
cận kề với người đàn ông không phải
chồng mình người đàn bà có tội khi

thể xác hỏi đòi mà không được thỏa
mãn viên đá vô hình thành viên đạn
rớt tựa cơn mưa đầu hạ người đàn
bà quỵ ngã trên vũng máu đau thương

ngàn năm trước lúc anh và em chưa
sinh ra người đàn bà không thể đòi
hỏi xác thịt ở người chồng có cũng
như không người ông bất lực người đàn

bà có tội khi đòi hỏi mà không
được đáp ứng đủ đầy lúc đến mùa
động cỡn hưng phấn người đàn bà bị
nguyền rủa mãi cho đến ngàn năm sau

ngàn năm sau người đàn bà thức giấc
dõng dạc tuyên bố (lời tuyên bố hùng
hồn của chính trị gia) sống không cần
đàn ông thượng đế ngơ ngác hỏi lại

người đàn bà chắc không? người đàn bà
lập luận con cá kiểng đã tự chuyển
hóa mình thành trống để truyền giống khi
quanh mình toàn mái với cùng mẫu hệ (1)

ngàn năm sau người đàn bà thức giấc
cố minh chứng lời tuyên bố bằng tế
bào của chính mình, loài cừu doley (2)
la, bò, heo, tế bào đông cứng trong

dung dịch DMSO, freezing media, methanol (3)
chìm dưới độ âm hai trăm ni-tơ
lỏng (4) người đàn bà mỉm cười nhìn lại
chung quanh đâu cũng là hình chính mình

ngàn năm trước đến ngàn năm sau người
đàn bà bật khóc: Em vẫn cần Anh!
RIC110718

(1) Có một số loại cá kiểng sẽ tự biến mình thành con trống nếu thấy xung quanh mình toàn con mái.
(2) Các nhà khoa học đã nhân bản "clone" thành công những con vật như cừu Doley, la, bò và heo.
(3) DMSO - Dimethyl sulfoxide (CH3)2SO. Một chất hóa học hữu cơ thường dùng trong việc đông lạnh những tế bào.
(4) liquid Nitrogen (LN2) có độ đông ở -210 độ C

Đêm Chờ Trời Sáng

Đêm thức giấc giữa căn phòng bé nhỏ
nghe tiếng chuông nơi thánh đường ngân vang
hai lăm năm ta làm người khách lạ
thấy nghẹn ngào nỗi nhớ ở quê nhà

nằm nghĩ về một đêm hai mươi năm
trước cũng trong căn phòng nhỏ hẹp ở
San Fran trong chiếc túi ngủ nửa đêm
thức giấc bởi tiếng ngáy to năm kẻ

độc thân chưa thân thời đại học bỏ
nhà đi bụi đêm thức giấc trong căn
nhà đồi dốc nghe tiếng chuông ngân nơi
thánh đường vang xa và nhớ nỗi nhớ

da diết nhớ cha nhớ mẹ nhớ nhà
và nhớ nhất là em đêm thức giấc
bởi tiếng gáy to tiếng chân đạp sau
hồi chuông buổi lễ nửa đêm đêm thức

giấc hai mắt nhìn vào khoảng tối đen
rối mái tóc quăn vô lối cứng khô
mỗi khi lùa tay vào cảm giác nhồn
nhột thinh thích đêm thức giấc nhớ về

cái trán vồ cao bướng không che hết
với mái tóc loà xòa và cả đôi
môi dày mà bạn học gọi là đôi
môi cá chép em tập ta biết hôn

lần đầu run đến đứng tim đêm thức
giấc hình bóng em chờn vờn lởn vởn
trong đầu đôi tay lạnh tê tái trong
đêm giáng sinh tuyết trắng đêm thức giấc
Chờ trời sáng!
RIC122518

Nhân Chứng Nửa Đêm

Đêm khuya nằm trằn trọc đôi mắt nhắm
đầu óc vẫn suy nghĩ về cuốn sách
vừa đọc đã muốn thiếp đi nhưng chợt
nghe tiếng rèn rẹt từ cánh cửa khẽ

cựa mình chân mang vội đôi dép xẹp
thì ra tiếng con dế đang gõ cửa
tìm ăn đêm khuya lạnh con dế đói
bụng nên ngập ngừng gõ cửa đòi ăn

đêm khuya nằm trằn trọc chợt nhớ lại
mình cũng vào một đêm tháng chạp lạnh
lẻo nơi xứ lạ quê người tiếng nói
mình nghe như tiếng dế buồn than vãn

đêm khuya lạnh lang thang trên vỉa hè
dành từng thanh củi chết dần trong lớp
tàn tro đêm dài miên man sâu thẳm
thấy sợ hãi bâng quơ nơi xa lạ

đêm khuya nằm trằn trọc nghe tiếng máy
sưởi rù rì kêu thức dậy chiếc bóng
dài in trên bức tường trắng nghe con
dế than vãn nghẹn ngào nơi xa vắng

đêm khuya nằm trằn trọc kéo chăn phủ
kín đầu nhắm mắt quên hình bóng con
dế buồn hồn đi vào bóng tối sâu
con dế là nhân chứng của đêm khuya...
RIC09152004

Cọng Cỏ Đuôi Chó

Anh tặng em chiếc cà rá
dệt từ cọng cỏ đuôi chó
những sợi tơ chích vào ngón
tay em ngứa ngáy bứt rứt

khó chịu như thể vết thẹo
vừa kéo da non em có
cảm giác ngồ ngộ rạo rực
ửng hồng một thời con gái

Em tặng anh đời con gái
được nuôi dưỡng bằng đạo đức
luân thường nhốt mình vào chiếc
vòng tròn khắt khe em trở

mình phát hiện ra cảm giác
ngứa như sợi cỏ đuôi chó
chạm vào ngón tay áp út
cọng cỏ đuôi chó đổi lấy

một đời con gái ai tin
cái quý nhất của người con
gái là vô giá cọng cỏ
đuôi chó cũng vô giá nốt

chỉ còn riêng
Em cùng Anh!
RIC09012004

Cái Rát Của Gã Ngọng

Khi gã ngọng học đòi làm thơ
những con chữ tanh mùi
rác
những xú uế, đen ngòm, thải ra từ con sông ô
nhiễm
đổ xuống
Rác rất rác.

Gã ngọng sống gần
nên chẳng phân biệt được.

Khi gã ngọng học đòi làm thơ
chữ đầu tiên gã muốn viết:
RÁT!
Rát với tờ
chẳng phải cờ

Gã chẳng phân biệt được
Ngọng lâu quá, như cuộc đời gã gắn liền với,
RÁC!

Gã không phân biệt được giữa rác và rát
Cứ tưởng hai là một
(như cách phát âm của gã từ thuở tập nói)

Khi gã ngọng học đòi làm thơ
bài thơ đầu tiên đem khoe xóm chợ
đọc thấy rát
rát đến chảy máu
rát của sự cọ xát
người xử nữ
lần đầu về nhà chồng
đêm động phòng

RÁT!

Cái rát của gã ngọng làm thơ!
RIC12012004

Đôi Mắt Em

Đôi mắt em:
- ánh huỳnh quang đom đóm
mang đến bình minh trong bóng đêm
Anh đã nhìn thấy mầu hy vọng
Tiếng lòng em thổn thức gần, xa.
Cả vũ trụ tăm tối
em rực sáng,
thần, bí, ẩn
anh tìm được giữ lấy mãi không buông!

Đã hơn hai năm rồi
sống trong cảnh tăm tối
chẳng nhìn thấy được nhau
giờ là lúc ta đắm đuối
như loài côn trùng chỉ một lần trong đời...

Khi anh hôn lên đôi mắt em
đôi mắt long lanh ngấn lệ - giọt lệ của hạnh phúc.
"Khi hạnh phúc, con người cũng rơi lệ?"
Anh nghe muôn trùng tiếng thổn thức miên man.
Xa, gần!

Em biết:
Khi anh hôn đôi mắt,
Em hạnh phúc
hạnh phúc khi tìm được bến bờ!
Loài đom đóm lóe sáng để tìm người tình
Và đôi mắt em đã tìm thấy được anh.
Ta cuốn vào cơn lốc,
Tình !
RIC06092004

Gái Quê

Bài Xướng

Em còn nhỏ dại rất thơ ngây
Sống ở thôn quê mảnh đất gầy
Mái tóc đen tuyền, đôi mắt ngọc
Làn da bánh mật, má hây hây
Năm qua nắng dãi chăm vườn đậu
Tháng nọ mưa dầm bón bụi cây
Thế đó mà sao duyên dáng lạ
Nhìn thôi cảm xúc chợt dâng đầy
Y Thi 030620

Sơn Nữ

Bài Họa 1

Tựa cánh hoa rừng đẹp ngất ngây
Làm duyên lọn tóc phủ vai gầy
Chàm tô sắc áo càng xanh thẫm
Nắng nhuộm môi hồng cứ đỏ hây
Thích vẻ đơn sơ đồi lẫn suối
Say đời mộc mạc cỏ cùng cây
Hoài yêu cuộc sống miền hoang dã
Nẻo ấy bình yên hạnh phúc đầy.
Dung Nguyên

Nàng Thơ

Bài Họa 2

Dẫu chửa yêu nàng, bởi dại ngây
Vào ra, cứ ngắm mảnh trăng gầy
Theo hồn lãng tử, trình câu thắm
Vỗ bóng anh hùng, thảo chữ hây
Tiếc vận đường thi, gieo ngọn cỏ
Thương vần lục bát, dạt cành cây
Từ duyên đến nợ, thôi nhường ấy
Đón nguyệt chờ hoa, cảm súc đầy.
BaCanh

Thôn Nữ

Bài Họa 3

Nhớ buổi hôm nào đứng tựa ngây
Nhìn em vóc nhỏ có hơi gầy
Khuôn trăng diễm lệ làn môi thắm
Nét ngọc yêu kiều cặp má hây
Thẽ thọt lời oanh mưa giỡn lá
Êm đềm tiếng yến vượn chuyền cây
Chân quê giản dị hồn thanh khiết
Một giọt tình Xuân mắt ứ đầy
BuiXuanPhuong09

Mạt Vận

Bài Xướng

Hết chuyện cái lon tới cái lu
Quan ta đột phá kiểu đui mù
Bày chiêu cho lắm lòi ra dốt
Hiến kế mà chi chỉ thấy ngu
Ngắn học mua quan dân đói kém
Tham tiền bán chức khổ nguyên khu
Buồn cho đất nước trong thời mạt
Lắm kẻ tham, đần, làm chóp bu.
Hoa Cỏ - Jul1319

Hết Thời

Họa đảo vận

Quan ta có quá chuyện ruồi bu
Đất nước dâng Tàu gọi đặc khu
Tiến sĩ đầy đường nhưng dốt nát
Giáo sư hổng thiếu vẫn hoài ngu
Nhiều lời "phát biểu" nghe khờ khạo
Lắm kế bày mưu thấy tối mù
Bữa trước "khui lon" tại tiếng Việt
Bây giờ chống lụt nhờ bình, lu.
Y Thi RIC071419

Lều Thưa Hạnh Phúc

Bài Xướng

Bên hồ dựng một túp lều thưa
Giữa chốn chung quanh có gió lùa
Thế sự qua rồi cơn bão tố
Đời người cũng hóa kiếp thoi đưa
Tiền tài chẳng biết bao nhiêu đủ
Danh vọng nào đâu mấy lúc thừa
Để mãi yêu thương còn đọng lại
Mai này nhớ chuyện cũ xa xưa
Y Thi - Goose Creek, NC - 070519

Thềm Mộng

Bài Họa

Gối mộng bên hồ một mái thưa
Bình sơ cửa rộng gió mây lùa
Cần buông khéo mặc thời lay động
Chén dạo theo tùy cảnh đẩy đưa
Hóng khách giao tình dăm chữ mọn
Vay thơ cộng lạc chút âm thừa
Trước thềm thoảng hiện trăng mùa cũ
Tỉnh giấc nghe hồn cập bến xưa!
Phan Thành Lanh

Tháp Hải Tặc (Pirate Tower)

Bài Xướng

Biển thét gào lên chẳng bận lòng
Rì rào gió thổi cũng như không
Bao phen lốc xoáy cùng vần vũ
Suốt tháng mưa dầm với bão giông
Trải biết trăm lần cơn sóng dữ
Từng qua vạn kiếp bóng trăng hồng
Vô vàn khách lạ luôn chào đón
Kiệt tác con người đã góp công
Y Thi - Victoria Beach – 081019

Tháp Phước Duyên

(chùa Thiên Mụ-Huế)

Bài Họa

Thiệu Trị truyền xây để tỏ lòng
Bảy tầng hiển hiện giữa trời không
Linh thần vẹn vẻ dù mưa nắng
Bảo tháp nguyên hình dẫu gió giông
Mãi đứng trầm ngâm nhìn cảnh lặng
Hằng ươm rạng rỡ ngước dương hồng
Hai trăm tuổi khắc vào tâm khảm
Vẫn giữ yên bình độ khởi công
HANSY

Nỗi Nhớ Nhà

Bài Xướng

Tuyết trắng tuôn rơi thấy nhớ nhà
Lâu rồi cách biệt tháng ngày qua
Nơi đây đất khách xem còn lạ
Chốn đó quê mình đã quá xa
Cụm đá u buồn nằm lặng lẽ
Hàng cây ủ rũ đứng trơ ra
Nghe lòng trĩu nặng tim đau nhói
Gặm nhấm thời gian mắt lệ nhòa.
Y Thi 120918

Buổi Chiều Đông

Bài Họa

Nơi đây xứ lạnh cách quê nhà
Cuối buổi chiều đông bão tuyết qua
Nỗi nhớ năm nào chôn giấu kín
Niềm riêng thuở ấy tưởng dần xa
Công viên vắng lặng đèn chưa tỏ
Góc phố buồn tênh tiếng thở ra
Giữa cảnh u sầu man mác ấy
Lòng người lệ nhỏ mắt phai nhòa.
Y Thi 120918

Lá

Bài Xướng

Gió đến đêm qua lá rụng đầy
Ngoài vườn lá phủ kín hàng cây
Anh gom từng cụm cơn mưa lá
Em góp nụ cười thổi lá bay...
Có biết lá còn vương suối tóc
Hay là lá ngủ ở trên tay
Niềm riêng của lá còn nơi đó
Hãy giữ giùm nhau chiếc lá này...
Y Thi - RIC102618

Hoa Hỉ Lạc

Bài Họa

Nồng hương rạng sắc cánh đơm đầy
Nở rộ từng chùm phủ kín cây
Chợt thấy đàn ong quanh quẩn lượn
Vừa nhìn lũ bướm rộn ràng bay
Người qua thích chí toan kề miệng
Kẻ lại mê hồn tính để tay
Rất đẹp nhưng mà không thể sánh
Màu hoa 'hỉ lạc' giữa Tâm này!
Minh Tranh-12/1/18

Sầu Đông Vương Mắc

Bài Xướng

Gió lạnh thu tàn đông đến nhanh
Lá kia héo úa chớm lìa cành
Xa rồi đôi ngả bao thương nhớ
Cách biệt hai nơi chẳng nỡ đành
Bỏ lại tim này đau vụn vỡ
Tìm về ký ức với mong manh
Mơ từng hơi thở chung chăn gối
Một chút còn vương giấc mộng lành.
Y Thi RIC120718

Lời Nguyện Cầu

Bài Họa

Thời gian thoáng chốc đã qua nhanh
Tuyết trắng về giăng phủ lá cành
Muốn giữ mùa thu nhưng chẳng đặng
Mong xa kỷ niệm lại không đành
Nhân sinh, thấy đó nhiều đau khổ!
Thế giới, trông kìa quá mỏng manh!
Cố gắng tu tâm trì chánh niệm
Cầu cho tất cả được an lành!
Lưu Chinh 12/11/2018

Đêm Thu Xứ Người

Bài Xướng

Xa nghe vọng lại những hồi chuông
Lạnh lẽo đêm thu gió thoảng luồng
Nghĩ đến...nhiều khi tình thổn thức
Thương về...lắm lúc lệ sầu tuôn
Quê hương cách biệt bao niềm nhớ
Đất khách xa xôi lắm nỗi buồn
Chốn cũ giờ đây tuy vạn dặm
Nhưng tình nghĩa ấy vẫn đầy luôn
Lưu Chinh
Aachen, Germany đêm 10/13/2018

Đêm Khuya Nhớ Người

Bài Họa

Lặng lẽ đêm về nghe tiếng chuông
Gió đưa trước ngõ thổi từng luồng
Miên man tiếng nhạc lòng thao thức
Lạc lõng vần thơ mắt lệ tuôn
Bỏ lại đằng sau bao nuối tiếc
Đi về phía trước thoáng ưu buồn
Mình ta khoảng lặng trong khuya vắng
Tưởng đã quên rồi lại nhớ luôn.
Y Thi RIC113018

Vào Đông Lại Nhớ Đến Em

Bài Xướng

Mùa đông giá lạnh đến đây rồi
Tuyết trắng quanh vườn phủ khắp nơi
Gió rét kêu gào bên góc phố
Mây sầu lởn vởn cuối chân trời
Xa mờ giấc mộng chừng quên lãng
Ký ức mơ hồ tưởng đã vơi
Có biết đâu rằng luôn giấu kín
Duyên tình một thuở nặng lòng tôi...
Y Thi RIC120418

Hãy Sống Cho Đời

Bài Họa

Đã bảy mươi hơn tóc bạc rồi
Nhưng lòng vẫn trải rộng muôn nơi
Đôi khi xuống thấp nơi lòng đất
Lắm lúc trào dâng tận ngất trời
Bạn hữu tình thâm không cạn kiệt
Người thân nghĩa nặng chẳng hề vơi
"Nhân sinh tự cổ thùy vô tử"!
Hãy sống cho đời bỏ cái tôi!
Lưu Chinh 12/04/2018

Thu Về Trên Đỉnh Chân Mây

Bài Xướng

Vạn dặm đường xa ngắm lá vàng
Quanh co rừng núi gió miên man
Thu về trên đỉnh hườm màu lá
Em đến chân đồi ửng nắng tan.
Đắm đuối ngồi nhìn thân bé nhỏ
Say sưa đứng ngắm dáng bên đàng
Tưởng như nỗi nhớ chừng rơi rụng
Theo dấu chân về mùa bước sang...
Y Thi - Skyline102118

Xem Lá Rừng Thu

Bài Họa

Rủ người đi ngắm lá thu vàng
Đỉnh núi lưng đồi gió dã man
Cuối biển mây giăng vờn sóng vỗ
Chân trời nắng đổ phủ cành tan
Mây bay lối gió mây không hướng
Mưa đổ đường cây mưa địa đàng
Con thác chiều nghiêng vang tiếng khóc
Nhanh lên kẻo nhỡ cả mùa sang.
Peter Lý

Mùa Thu Trên Đỉnh Chân Mây

Bài Xướng

Đường đến Chân Mây tiếng suối reo
Ngân nga róc rách dưới chân đèo
Là đà bao phủ mây giăng mắc
Chằng chịt kín đường dây quấn leo
Xuống vực chân đồi đá lởm chởm
Lên cao ngọn dốc chân run theo
Thu về gió lộng trên cành lá
Sáu dặm đường dài cũng thích trèo. *
Y Thi - Skyline102118

**Đường Chân Mây = Skyline Drive, Virginia*
**Lối mòn đi đến và về từ thác Overall Run hơn sáu dặm đường.*

Xem Lá Rừng Thu

Bài Họa

Vi vu gió thổi tiếng thông reo
Thống thiết âm vang tận cuối đèo
Hoa cỏ mơ màng chen lối mọc
Giây hồng lơ đãng lấn tường leo
Cánh chim vội vã bay biền biệt
Con cú thẫn thờ đứng ngó theo
Từng bước lần mò trên dốc đá
Mừng vui ta vẫn vững chân trèo.
Peter Lý

Nỗi Nhớ Nhà

Bài Xướng

Tuyết trắng tuôn rơi thấy nhớ nhà
Lâu rồi cách biệt tháng ngày qua
Nơi đây đất khách xem còn lạ
Chốn đó quê mình đã quá xa
Cụm đá u buồn nằm lặng lẽ
Hàng cây ủ rũ đứng trơ ra
Nghe lòng trĩu nặng tim đau nhói
Gặm nhấm thời gian mắt lệ nhòa.
Y Thi 120918

Nỗi Hận Mất Nhà

Bài Họa

Vì đâu khiến cảnh sống xa nhà
Đông lạnh hạ nồng đã trải qua
Lắm lúc mưa buồn rơi tất tả
Đôi khi nắng hạn chiếu gần xa
Đêm sâu ghế đá hồn nghiêng ngả
Ngày rộng gầm cầu xác ngẩn ra
Mãi nhớ một thời đầy nhục nhã
Ngày xưa buông súng chửa phai nhòa
Peter Lý

Nỗi Nhớ Nhà

Bài Xướng

Tuyết trắng tuôn rơi thấy nhớ nhà
Lâu rồi cách biệt tháng ngày qua
Nơi đây đất khách xem còn lạ
Chốn đó quê mình đã quá xa
Cụm đá u buồn nằm lặng lẽ
Hàng cây ủ rũ đứng trơ ra
Nghe lòng trĩu nặng tim đau nhói
Gặm nhấm thời gian mắt lệ nhòa.
Y Thi 120918

Cô Đơn

Bài Họa

Hoàng hôn xứ lạ nhớ quê nhà
Bao ngày mỏi mệt bóng đời qua
Lặng lẽ âm thầm nơi chốn lạ
Đìu hiu khắc khoải chỗ miền xa
Sương mù phủ lối buồn gom lại
Gió lạnh ôm lòng xót thở ra
Lủi thủi mình thôi đêm thiếu bạn
Sầu ơi! đỏ mắt lệ phai nhòa.
Hoang Vu

Mật Đắng

Bài Xướng

Chén sầu cũng cạn tím vành môi
Mật ngỡ nồng say lại đắng rồi
Đem mẩu than hồng soi góc tối
Mang bầu rượu hết đựng tình côi
Đời nêm chút vị, càng nồng nổi
Vẫn hắt hiu, trăng ngã cuối đồi
Uống lệ vào tim sao thấy tội
Dây trầu gởi lại mộng dần trôi...
Hoang Vu

Hãy Gởi Giùm Anh Chút Nhớ Thương

Bài Họa

Hãy gởi giùm anh chút mắt môi
Bao ngày xa cách nhớ nhau rồi
Đêm qua gió lạnh đến khuya tối
Sáng lại mây sầu đi cút côi
Xế bóng đìu hiu sao sống nổi
Chiều tà rớt rụng cuối chân đồi
Một mai có chết ai mang tội?
Giọt lệ nào rơi cũng chẳng trôi...
Y Thi - RIC111318

Lan Rừng

Bài Xướng

Giữa chốn rừng sâu, những khóm lan
Đong đưa chuỗi ngọc trước non ngàn
Lung linh rực rỡ, hoa khoe dáng
Ngan ngát thơm lừng, vị tỏa tan
Kiêu hãnh loài cây đầy quý phái
Vẻ vang dòng dõi thật cao sang
Đâu màng chỗ ở nơi đô hội
Hẻo lánh mà sao tiếng vẫn tràn ?
Ban Lê

Đêm Về Nhung Nhớ

Bài Họa

Đêm về thoang thoảng mùi hương lan
Lặng lẽ trầm ngâm nỗi ngút ngàn
Dạo ấy bên nhau luôn gắn chặt
Bây giờ cách biệt đã hòa tan
Thiên đường lấp lánh nên quên hẹn
Địa ngục thâm sâu khó tìm sang
Cõi mộng qua rồi đây thực tại
Lòng luôn uất nghẹn lệ dâng tràn.
Y Thi - RIC120218

Gởi Chút Hương Thầm

Bài Xướng

Nhặt chút hương thầm gởi gió đông
Chiều buôn buốt lạnh xốn xang lòng
Như mùa điểm sắc trên cành nhớ
Tựa nắng ươm màu giữa lối mong
Mộng chất bao lần tay nặng trĩu
Đời lem mấy cuộc tóc khô bồng
Ơi người rảo bước chi đành đoạn
Để sóng xô dồn ngược bến sông?
Dạ Vũ 02 - 12

Niềm Đau Chôn Giấu

Bài Họa

Hôm nay giá lạnh trời vào đông
Chút nắng mong manh chẳng ấm lòng
Nhớ lắm người xưa đang ngóng đợi
Còn thương dáng cũ mãi chờ mong
Xa nơi đất khách còn trôi nổi
Lạ lắm quê người lúc bập bồng
Mắt ướt môi ghìm quên tiếng khóc
Niềm đau giấu kín ngập dòng sông...
Y Thi RIC120618

Xuân Về Đợi Mong

Bài Xướng

Chiều nay phố nhỏ nắng hanh vàng
nhón gót xuân về gió chuyển sang
dạ lý thơm nồng chân bước chậm
hoa hồng đượm thắm lối đi ngang
từ trong giấc ngủ mơ nhè nhẹ
để giữa lòng ai mộng khẽ khàng
chốn cũ chờ mong người ghé đến
đường mòn rộng mãi thấy thênh thang
Y Thi

Mùa Chướng

Bài Họa

Bước chuyển giao mùa Hạ đã sang
Trời xanh thẳm sợi nắng thôi vàng
Đàn ve rả rích chìm quang đãng
Võng gió âm thầm gợn ngổn ngang
Bỗng giọt châu nhòa tim nhói hoảng
Từ trong mắt trải mộng khơi khàng
Thời gian trở ngược người xưa dáng
Kỷ niệm theo về... mỗi nấc thang...
Hoa Mơ

Nối Nhịp Cầu Thơ

Bài Xướng

Khách hẹn kia rồi, đợi bến sông
Cầu thơ nối nhịp, thả xuôi dòng
Chờ anh, nữ sĩ còn mong ngóng
Kính chị, văn đàn vẫn mải trông
Lục bát người trao, câu trải rộng
Đường thi bạn trả, chữ say nồng
Lòng vui, thắp lửa ngời đêm hội
Vãn cảnh, hoa đèn rợp phố đông.
BaCanh

Nỗi Lòng Lão Đưa Đò

Bài Họa

Mây vù đuổi bóng phủ ven sông
Lặng lẽ buồn hiu ở cuối dòng
Vắng khách trưa chiều đò vẫn đợi
Thưa người xế buổi lão còn trông
Gió nồm lộng thổi trời oi bức
Nắng quái khô hanh khí thật nồng
Áo nát thân còm sao bé nhỏ
Khua chèo nhớ lắm thuở nào đông
Y Thi

Hồi Xuân

Bài Xướng

Qua Đông, trời đất lại hồi xuân,
Sinh hóa Thiên cơ, đã định phần.
Chuột lắt nay đi, đừng lắt léo,
Trâu già mai tới, rõ già gân!
Âm dương hòa hiệp, duyên muôn vật,
Nhật nguyệt độ trì, kiếp thế nhân.
Cuộc sống an bình, mừng tuổi mới!
Đầu năm khai bút, thảo đôi vần.
Trần Quốc Bảo - Khai bút Xuân Tân Sửu

Chúc Xuân

Bài Họa

Một chậu hoa Đào trước gió Xuân
Mang Xuân rực rỡ biết bao phần
Tầm Xuân hé nụ bên khung cửa
Dạ Lý chào Xuân cạnh kẽ gân*
Tuyết trắng mừng Xuân đùa kẻ sĩ
Xuân hồng đón Tết cợt thi nhân
Ngày Xuân mấy chữ xin trao đến
Gởi chút hương Xuân đối với vần.
Y Thi (một ngày tuyết rơi. 020721)

**rèm cửa sổ như đường gân khi nhìn từ xa*

Farewell to The Farm

Robert Louis Stevenson

The coach is at the door at last;
The eager children, mounting fast
And kissing hands, in chorus sing:
Good-bye, good-bye, to everything!

To house and garden, field and lawn,
The meadow-gates we swang upon,
To pump and stable, tree and swing,
Good-bye, good-bye, to everything!

And fare you well for evermore,
O ladder at the hayloft door,
O hayloft where the cobwebs cling,
Good-bye, good-bye, to everything!

Crack goes the whip, and off we go;
The trees and houses smaller grow;
Last, round the woody turn we sing:
Good-bye, good-bye, to everything!

Chia Tay Trang Trại

(Phỏng dịch bài thơ "Farewell to the Farm" của Robert Louis Stevenson)

Ngựa xe đến trước cửa rồi
trẻ con háo hức đứng ngồi không yên
cầm tay bịn rịn hôn lên
bài đồng ca hát vang rền chia tay

ngôi nhà, vườn tược, cỏ cây
máy bơm, chuồng ngựa dang tay vẫy chào
ghế đu, cổng trước, hàng rào
tạm biệt tất cả mà sao ngấn buồn

đi rồi vẫn nhớ đây luôn
cái thang treo ở cửa chuồng ngựa kia
ụ rơm váng nhện dầm dìa
chia tay tạm biệt xa lìa mà đi

Ngọn roi quất nhẹ, ngựa phi
hàng cây nhà cửa li ti bụi mờ
rồi qua rừng gỗ chơ vơ
trẻ con ca hát ngu ngơ chẳng buồn...

The Oak

Michael Collins

A tree's leaves in the fall
are some orange, some red
and for a small bird
they make quite a bed

the branches of trees
are some curved, some straight
and some even form
a small figure eight

The trunk of the tree
is the base of itself
quite like in a library,
a rusty old shelf

the roots of the tree
go deep, deep down
like a buried treasure
never to be found

trees need sunshine,
water, and dirt
without these things
they could get hurt

trees can do things
that I wish I could
If you're looking for one
I'd check in the woods!

Cây Sồi

(Phỏng dịch từ bài thơ "The Oak" của Michael Collins)

Cây sồi vào mùa thu
màu cam và màu đỏ
có con chim nho nhỏ
dệt chiếc tổ êm nằm

Này là những cành cây
có cong và có thẳng
và thêm nhiều hình dạng
như số tám tròn vo

Này là thân cây to
cho thêm nhiều sức sống
trông giống như thư viện
những kệ sách chất chồng

Này là những rễ cây
chôn sâu vào lòng đất
như kho tàng giấu kín
chẳng tìm thấy bao giờ

Cây cần thêm ánh nắng
tưới nước và bón phân
thêm một chút ân cần
chớ không cây sầu héo

cây làm được nhiều việc
mà tôi hằng ước ao
nếu ai đang kiếm tìm
tôi sẽ nhìn quanh rừng

Mother

Unknown Author

If I could give you diamonds
for each tear you cried for me.
if I could give you sapphires
for each truth you've helped me see.
If I could give you rubies
for the heartache that you've known
If I could give you pearls
for the wisdom that you've shown.

Then you'll have a treasure, mother,
that would mount up to the skies
That would almost match
the sparkle in your kind and loving eyes.

But I have no pearls, no diamonds,
As I'm sure you're well aware
So I'll give you gifts more precious
My devotion, love and care.

Mẹ

(phỏng dịch từ bài thơ "Mother" Khuyết Danh)

Nếu có thể tặng kim cương
Cho giọt nước mắt mẹ vương lúc buồn
Hay là ngọc bích y khuôn
Cho lời chân thật mẹ luôn giúp mình

Nếu có thể tặng ngọc hồng
Cho những lần con làm lòng mẹ đau
Nếu có thể tặng trân châu
Giúp con thấy được trước sau sự đời

Mẹ là kho báu tuyệt vời
Ngút cao lên tận bầu trời mây xanh
Có gì so sánh cho bằng
Tình yêu nhân hậu mẹ dành cho con

Nhưng con chẳng có kim cương
Hay là châu ngọc mẹ tường hiểu ngay
Thôi thì con tặng quà này
Quan tâm, chăm sóc, tỏ bày yêu thương…
090420

Have You Ever Understood

(Writing for innocent souls who died by Corona Wuhan 2020)

Phong Thu

Have you ever thought
spring has flown away
flowers wither front the door
the birds don't like singing

Have you ever known
the afternoon in late winter
the streets were sad, the market closed
it was all so melancholy

The church bell tolls
to mark the lost souls
an ordinary human
fly to heaven every day

You remember what
the human heart forgets
those blessed with fame and wealthl
live in a small world

You have seen
gray clouds clock the heaven
heaven is hard to find
when you live in hell

Have you ever understood
the love then dissolved
the sunset passed away
like a yellow leaf

We are just like the dead leaves
Flying on the sky immensity

Bạn Có Bao Giờ Hiểu

(phỏng dịch từ bài thơ "Have You Ever Understood" by Phong Thu)

Có bao giờ bạn nghĩ
Mùa xuân đã bay đi
Hoa héo tàn trước cửa
Chim hót tiếng sầu bi...

Bạn đã từng biết chưa
Một buổi chiều cuối đông
Con phố buồn chợ đóng
Tất cả trong u sầu...

Chuông nhà thờ ngưng nhịp
Những linh hồn đã mất
Trên con người bình thường
Thiên đường cũng xa bay

Bạn có nhớ những gì
trái tim người quên lãng
danh tiếng và giàu có
trong thế giới nhỏ nhoi

Bạn đã thấy những gì
mây xám trên bầu trời
che khuất tầm mắt ấy
nơi địa ngục trần gian...

Bạn đã bao giờ hiểu
tình yêu rồi biến tan
hoàng hôn đi qua đời
như lá vàng buông vội

Bạn đã bao giờ hiểu
người như chiếc lá úa
chết theo cùng thời gian
trên bầu trời bao la...
090320

Giới Thiệu Sách

Tưởng Như Đã Mất

Võ Phú

"...Cách viết của anh mộc mạc, trong sáng. Những con chữ phản ảnh trung thực cuộc sống và lối suy nghĩ đời thường của anh..."
- Đức Trí Quế Anh, Báo Viễn Đông; số 1938.

"...Cũng như tập thơ 'Rằng Ta Đang Yêu' và tập truyện ngắn 'Tưởng Như Đã Mất' bạn đọc sẽ nhìn thấy thấp thoáng bóng tình yêu, nét vẽ đơn giản của đời thường, những kỷ niệm vụn vặt đi qua trong đời được cẩn thận ghi lại với bút pháp hết sức dễ thương. Một đôi đoạn văn khi đọc, có cảm tưởng như đang được ngồi đối diện với Võ Phú nghe anh kể lại câu truyện vừa mới xảy ra, không màu mè, không sử dụng ngôn ngữ cao siêu, mơ hồ..."
- Nguyễn Trung Tín, Người Việt Daily News, Thứ Tư, số 6444; và Tạp Chí Bút Tre, số 8.

"...Võ Phú trong tác phẩm truyện ngắn đầu tay đã đưa ra những cái nhìn đúng đắn về tình yêu nam nữ, ca tụng tình người, đề cao những tiêu chuẩn đạo đức, và bộc lộ suy tư về triết lý xác đáng..."
- Tâm Minh Ngô Tằng Giao, Nguyệt San Kỷ Nguyên Mới; số 35.

"…Võ Phú chẳng những là một nhà văn, nhà thơ trẻ mà anh rất có tài trong địa hạt nhiếp ảnh nghệ thuật. Điều đặc biệt là anh luôn đem tài năng của mình ra giúp đở bạn bè và phục vụ cộng đồng. Võ Phú rất tích cực trong các sinh hoạt của sinh viên và cộng đồng…"
- Tuyết Mai, nữ phóng viên báo chí tự do, Fairfax, Virginia.

Giới Thiệu Sách

Nước Mỹ: Những Mảnh Ghép Rời

Võ Phú

"…Tác phẩm 'Nước Mỹ những mảnh ghép rời' là một tuyển tập gồm 26 bút ký ghi lại chặng đường tỵ nạn của em trong thời gian sống trên nước Mỹ. Em gọi là 'những mảnh ghép rời' bởi vì đây không phải là một hồi ký chảy tuần tự theo thời gian mà là những mảnh đáng nhớ đó đây như 'Những Ngày Đầu Ở Mỹ' hay 'Tôi Dạy Tiếng Việt'…."

- Trần Trung Đạo, văn thi sĩ, Boston, MA

"…Đọc "Nước Mỹ: Những Mảnh Ghép Rời" của Phú mà như thấy luôn hình bóng của chính mình trong những "mảnh ghép rời" của trong gần 25 năm qua đã sống tại đất nước Hoa Kỳ này. Từ "Những Ngày Đầu Ở Mỹ" cho đến "Hội Sinh Viên Việt Nam" hay "Tờ Giấy Phạt" rồi đến "Con Điều Việt Nam", v.v… cứ như Phú đang nhẩn nha kể lại chuyện của tất cả những người đã rời xa quê hương Việt Nam yêu dấu sang định cư nơi đất nước Hoa Kỳ…

Có đọc "Nước Mỹ: Những Mảnh Ghép Rời" mới thấy rõ hình ảnh của thế hệ 1 rưỡi, thế hệ thứ 2 của dòng người Việt tị nạn, định cư tại hải ngoại này đã phải trải qua những thách đố, khó khăn ra sao để có thể đạt được những thành quả như ngày hôm nay."

- Nguyễn Kim Du Hạ, nhà văn nhà thơ, Houston, TX.

"…28 truyện ngắn về đời sống đôi khi nặng lòng quá khứ và tâm tình của 2, 3 thế hệ người Việt sống tha hương xứ người.

Võ Phú sinh năm 1978, đến Mỹ năm 1994, đã sớm sinh hoạt văn học nghệ thuật và kiên trì đến nay. Võ Phú từng đi cùng đường với Nguyễn Vy Khanh chúng tôi thời Văn Học Nghệ Thuật Liên

Mạng là tạp chí @ đầu tiên của người Việt trong nửa sau của thập niên 1990 - CUNG NGỮ tuyển thơ của nhóm năm 2001 có sự tham gia của Võ Phú đã đánh dấu sự nhập cuộc của anh với cộng đồng văn học hải ngoại.

- Nguyễn Vy Khanh, nhà phê bình văn học, Toronto, Canada.

"...Sáng nay anh đã bắt đầu đọc sách "Nước Mỹ: Những Mảnh Ghép Rời". Bài viết về tấm hình bìa và bài khi Phú mới đặt chân tới Mỹ: Hay lắm. Ý chí cầu tiến và vươn lên lúc nào cũng cần thiết cho Immigrants. Đây là land of opportunity, cố gắng thì sẽ thành công! Mừng cho Phú và gia đình đã có một cuộc sống thật tốt đẹp, gọi là lý tưởng đó!"

Phan Anh Dũng, nhạc sĩ, nhà văn, Maryland.

"Tối thức khuya đọc gần hết tập truyện. Nhiều kỷ niệm thời HS và College ùa về. Dương cũng học lớp sử của Mrs. Shumaker. Chồng của bà là cựu quân nhân, ông ta làm việc ở Pentagon. Có hôm học về chiến tranh Việt Nam, ông mời cố TS Nguyễn Ngọc Bích vào lớp thuyết giảng về Vietnamization."

Dương Đoàn, độc giả, Virginia.

"...Những câu chuyện về nước Mỹ - hay nói đúng hơn là xảy ra ở nước Mỹ- như đúng bản chất vốn có của nó, không tô hồng, cũng không bôi đen.

Với lối kể chuyện bình thản, như một người đứng bên lề đường quan sát, Phú sẽ cho độc giả gặp được những người Việt hiền lành, chăm chỉ, chịu khó, thích giúp đỡ đồng hương, hay những người tư lợi, chiếm đoạt lòng tốt của người khác. Nhưng tuyệt đối, Phú không đánh giá hay phán xét về họ. Chuyện của Phú thoát ra được những đánh giá tiêu cực thường hay gặp phải về thái độ, về tình thân ái tương trợ của người việt tại Mỹ. Ở đâu, ở cộng đồng nào cũng có người tốt kẻ xấu, người không tốt lắm và người không xấu lắm..."

- Nguyễn Hiền, độc giả, California.

Mục Lục

(Xếp theo thứ tự số trang)

Thơ Tân Hình Thức

Thơ Họa

Thơ Chuyển Ngữ

Tác Giả

Mục Lục

(Xếp theo tựa đề)

www.ingramcontent.com/pod-product-compliance
Lightning Source LLC
LaVergne TN
LVHW040612061026
849523LV00001B/162
* 9 7 8 1 9 8 9 9 9 3 6 9 9 *